हृदयातील भावनांना स्फूर्ती देणाऱ्या कथा

चिकन सूप फॉर द सोल

भाग ७

लेखन व संकलन

जॅक कॅनफिल्ड / मार्क व्हिक्टर हॅन्सन

हॅनाह मॅकार्टी / मेलडी मॅकार्टी

अनुवाद

उषा महाजन

मेहता पब्लिशिंग हाऊस

Chicken Soup for the Soul - Part 7

by Jack Canfield, Mark Victor Hansen, Hanoch McCarty & Meladee McCarty

Original title : A 4th course of Chicken Soup for the Soul

Published under agreement with Health Communications Inc., Deerfield Beach, Florida, U.S.A.

Translated into Marathi Language by Usha Mahajan

चिकन सूप फॉर द सोल – भाग ७

अनुवाद : उषा महाजन,
डी-२, चैत्रबन रेसिडेन्सी, आयटीआय रोड, औंध,
पुणे – ४११ ००७ E-mail : sayhi2usha@rediffmail.com

प्रकाशक : सुनील अनिल मेहता, मेहता पब्लिशिंग हाऊस,
१९४१, सदाशिव पेठ, माडीवाले कॉलनी, पुणे – ४११ ०३०

अक्षरजुळणी : वैशाली पांडे, पुणे

मुद्रक : स्पेक्ट्रम ऑफसेट, डी-२/४, सत्यम इस्टेट,
सीडीएसएसच्या मागे, एरंडवणे, पुणे – ४११००४.

मुखपृष्ठ : फाल्गुन ग्राफिक्स

आतील चित्रे : घनश्याम देशमुख

प्रथमावृत्ती : सप्टेंबर, २०१५

किंमत : ₹ १२०/-

ISBN 9788184988666

‘प्रत्येक व्यक्तीचं आयुष्य ही एक कहाणीच असते. मला आठवतंय, की माझ्या लहानपणी प्रत्येक घरामधली मोठी माणसं स्वयंपाकघरातल्या जेवणाच्या टेबलापाशी बसून एकमेकांना आपल्या आयुष्यातल्या अनुभवांच्या गोष्टी सांगायची. पण आता आजच्या युगात ती पद्धत लुप्तच होऊन गेली आहे. टेबलापाशी निवांतपणे बसून गोष्टी सांगणं म्हणजे नुसतं वेळ घालवत बसणं, असा अर्थ मानला जायचा नाही. एकाकडून दुसऱ्याला, दुसऱ्याकडून तिसऱ्याला अशा पिढ्यान्‌पिढ्या पुढे सरकत जाणाऱ्या त्या शहाणपणाच्या गोष्टी असायच्या. त्यांच्यामधनं मिळायचं चांगलं शहाणपण, बोध. कायम स्मरणात राहील असं जीवन जगण्याची संधी मिळायची. आजच्या आधुनिक तंत्रज्ञानाच्या, सुखसोयीच्या जगामध्ये राहूनदेखील खऱ्या अर्थाने सार्थ, अर्थपूर्ण जीवन आपल्यापैकी बऱ्याच व्यक्ती जगतच नाहीत. परत एकदा आपल्या पूर्वजांप्रमाणे आपण एकमेकांच्या जीवनातल्या कथा, निरनिराळे अनुभव आवर्जून ऐकण्याची वेळ येऊन ठेपलेली आहे.’

– रेशेल नाओमी रेमेन

अनुवादिकेचे मनोगत

'चिकन सूप फॉर द सोल' या पुस्तकाच्या मालिकेमधल्या पहिल्या आणि तिसऱ्या भागाला वाचकांचा भरभरून प्रतिसाद मिळाला, म्हणून आता पुढील भागाचाही मराठी अनुवाद घेऊन परत एकदा सर्वांच्या भेटीस आले आहे. जिद्द निर्माण करणाऱ्या, अशक्य वाटणाऱ्या गोष्टी शक्य होऊ शकतात या विचाराला खतपाणी घालणाऱ्या, निराशा पळवून लावणाऱ्या, विचार करण्यास प्रवृत्त करणाऱ्या तर कधी मनाला चटका लावणाऱ्या नव्या कथांचा ठेवा वाचकांसमोर ठेवताना मनापासून समाधानाचा आनंद अनुभवतेय. तुम्हा सर्वांना या कथाही पसंत पडतील, अशी खात्री वाटतेय.

तुम्हा सर्वांचा असाच लोभ आणि प्रेम मिळत राहो हीच इच्छा.

मेहता पब्लिशिंग हाऊसच्या संपूर्ण स्टाफने दिलेल्या सहकार्याबद्दल मी त्यांचे मन:पूर्वक आभार मानते.

– उषा महाजन

अनुक्रम

१. मृत्यूची चाहूल व प्रत्यक्ष मृत्यूविषयी –

२. बघण्याचा दृष्टिकोन –

३. अडचणींवर मात –

४. वाईटातून चांगलं शोधण्याची कला –

'चिकन सूप फॉर द सोल भाग - ४' एकूण ८० कथांचा समावेश असलेला हा कथासंग्रह प्रथम जानेवारी २०११ साली प्रसिद्ध झाला.

नव्या आवृत्तीच्यावेळी, रसिक वाचकांच्या सोयीसाठी आम्ही हेतुतः मूळ कथासंग्रहाचे भाग -४ व भाग - ७ असे दोन सुटसुटीत कथासंग्रह केले आहेत. या पुस्तकांचेही रसिक वाचक उत्स्फुर्त स्वागत करतील, ही आम्हांस खात्री आहे.

प्रकाशक

१

मृत्यूची चाहूल व प्रत्यक्ष मृत्यूविषयी

‘आयुष्य हे शाश्वत असतं आणि प्रेम अमर असतं, परंतु मृत्यू हा क्षितिजासमान असतो आणि क्षितिज म्हणजे काय, तर आपल्या दृष्टीवरची मर्यादा.’

अनामिक

वेळीच गवसलेला खजिना

'शाश्वत जगाच्या पलीकडे जाऊन जे असीम प्रेम करतात, त्यांची कधीच ताटातूट होत नाही. मृत्यूदेखील ते अमर प्रेम हिरावून घेऊ शकत नाही.'

विल्यम पेन

आंतरराज्यीय महामार्ग क्रमांक ४० माझ्यासमोर अनंतापर्यंत पसरलेला दिसत होता. जून १९९५ मध्ये आम्ही घरचे सगळे एकत्र येऊन केलेल्या स्नेहमेळाव्याला बॉबशिवाय असं पहिल्यांदाच भेटलो होतो. त्या भेटीनंतर मी घरी परत येत होते. नऊ वर्षांच्या आमच्या अल्पशा विवाहकाळामधल्या आठवणी मनात दाटून येत होत्या.

आम्ही दोघंही सामाजिक सुरक्षा व्यवस्था (सोशल सिक्युरिटी ॲडमिनिस्ट्रेशन) या विभागामध्ये काम करायचो. कामातल्या पुढच्या प्रगतीसाठी तीन वर्षांपूर्वी ओक्लाहोमा या शहरात झालेली बदली आम्ही स्वीकारली होती. १९९५ च्या फेब्रुवारी महिन्यामध्ये बढतीसाठी, दहा आठवड्यांच्या शिक्षणक्रमाच्या अंतर्गत, टेक्सास राज्याच्या डॅलस शहरात माझी पाठवणी झाली होती; परंतु त्या शिक्षणक्रमात अचानकच खंड पडला... कारण ओक्लाहोमा शहरातल्या आल्फ्रेड पी. मुराह या इमारतीत भला मोठा बॉंबस्फोट झाला होता.

माझा बॉब तेव्हा त्याच इमारतीमध्ये होता.

मी आणि बॉब जेव्हा पहिल्यांदा भेटलो, त्या वेळी तो त्या काळामधल्या गाजलेल्या गाण्यांच्या ध्वनिफितींवरनं (टेप्स) त्याच्यासाठी ती गाणी कॅसेटवर टेप करून घेत होता. त्या प्रेमगीताचं शीर्षक होतं, 'तुझ्यावरील प्रेमाची वीस वर्षे' (Twenty years of Loving you). त्याच्या बऱ्याच मित्रांकडनं व काही मैत्रिणींकडनं त्यानं त्या टेप्स मुद्दाम मागून आणल्या होत्या. माझ्याजवळचा ध्वनिमुद्रिकांचा संग्रहही तो वापरू शकतो, असं मी त्याला आपणहून सांगितलं. त्यातलं माझं

सर्वाधिक आवडतं गाणं, 'माझं तुझ्यावर प्रेम आहे– एवढंच सांगण्यासाठी मी फोन केलाय' (I Just called to say I Love You) हे त्यानं टेप करून घ्यावंच, असा मी त्याला आग्रह केला होता.

पुढील काही दिवसात बॉबनं माझ्या संग्रहामधनं अनेक गाणी टेप करून घेतली आणि तेव्हाच त्या काळात आमच्या दोघांमधली जवळीक वाढू लागली. एका शनिवारी मला फोन करून सांगितलं की, त्यानं माझ्यासाठी एक गंमत आणली होती. नंतर त्याच्या गाडीतनं आम्ही महामार्गावरून जात असताना, त्यानं हळूच एक कॅसेट काढून गाडीतल्या टेपरेकॉर्डरमध्ये सरकवली. एकदा त्याच्या घराच्या फोनवर (आन्सरिंग मशीन) मी जो निरोप ठेवला होता, तेव्हाचा माझा आवाज त्यानं टेप करून ठेवलेला आता गाडीत माझ्या कानावर पडला. "मी एवढ्यासाठीच फोन केलाय की..." आणि मग थोडी शांतता आणि नंतर स्टीव्ही वंडरच्या आवाजातलं गाणं सुरू झालं. "हे गाणं खास तुझ्यासाठीच आहे", तो मला म्हणाला होता.

त्या आठवणीनं माझ्या डोळ्यात अश्रू तरळले. एव्हाना माझी गाडी ओक्लाहोमाच्या जवळ पोचतच होती. रस्त्यावर मी एक बोर्ड पाहिला– 'ओक्लाहोमा ट्रेडिंग पोस्ट ५० मैल अंतरावर २८७ क्रमांकाच्या बाजूच्या रस्त्यावर.' वळल्यावर तिथं दुकान होतं. मला एकदम आठवलं, की मी आणि बॉब दरवर्षी त्याच्या घरच्यांना फ्लॉरिडामध्ये भेटायला जाऊन परत येताना, या दुकानाशी थांबायचं, असं ठरवायचो; पण तसा योग कधी आलाच नाही. कधी रस्त्यावरचं ते वळण आम्हाला दिसायच्या आत आम्ही भरधाव पुढे निघून गेलेलो असायचो, तर कधी दमणुकीमुळे अंगात त्राण नसायचं आणि घरी पोचण्याची घाई झालेली असायची. आता या वेळी मात्र मी थांबणारच, असं मी मनात ठरवलं होतं.

गाडी चालवताना माझं मन जरा संभ्रमात पडलं, की बॉबशिवाय मी एकटीच कशी काय तिथे जाऊ शकणार होते. सशक्त, प्रचंड शरीरयष्टी लाभलेला माझा बॉब! मी रडायला लागले, की त्याच्या बाहुपाशात मला घेऊन तो केवढा आधार द्यायचा. त्याच्या विनोदी स्वभावामुळे मला आलेला राग पळून जायचा आणि त्याच्या धाडसी वृत्तीमुळे आम्हा दोघांना किती पूर्णत्वाने जीवन जगता येत होतं. अशा बॉबविना मी जाऊ शकणार होते तिथे? ओघळणाऱ्या अश्रूंमुळे माझे गाल डागाळले होते, पण तशीच नेटानं मी गाडी चालवत होते. अचानक २८७ क्रमांकाचं वळण दिसलं. हात्तिच्या! मी ते वळण ओलांडून ट्रेडिंग पोस्ट दुकानाचा मार्ग मागे टाकलाही होता. ठीक आहे. बघू पुढल्या वेळी!

असा विचार करून मी जरी पुढं जाण्याचं ठरवलं, तरी फेरविचार करून मागे फिरण्याचा विचार केला. मी ऐन वेळेला गाडीचं स्टिअरिंग वेगानं फिरवून गाडी

रस्त्याच्या कडेच्या चढावर नेली आणि तिथे जाऊन बघते तर काय, मी टर्नर टर्नपाईक जागेवर जाऊन पोचले होते. म्हणजे तिथनं पुढे जाण्यासाठी किती मैलांवर वळण लागणार होतं, कोण जाणे. तिथला सपाट भाग बघून मी त्यावरून सर्रकन गाडी काढली. एखादा पोलिसमामा कुठूनतरी आपल्याला असं चुकीचं वागताना बघेल, याचंही भान उरलं नव्हतं मला; पण शेवटी ट्रेडिंग पोस्ट दुकानाच्या दिशेनं मी निघालेच.

अपेक्षेनुसार त्यापूर्वी मी आणि बॉब प्रवासात अशा अनेक दुकानांपाशी थांबायचो, त्याच प्रकारचं हेही दुकान होतं. त्या इलाक्यातल्या वैशिष्ट्यपूर्ण गोष्टी मिळण्याचं एक ठिकाण! दुकानात चक्कर मारत असताना मला अचानक एका लोखंडी आणि लाकडी पलंगावर ठेवलेली रेड इंडियन लोकांनी बनवलेली ब्लँकेटं, कोरफडीची (कॅक्टस) काटेरी झाडं, लाल-पिवळ्या ढोबळी मिरच्यांच्या माळा असं काय काय दिसलं.

त्या पलंगाशेजारी एका छोट्याशा टेबलावर महागड्या फुलदाण्या आणि त्यामध्ये वाळवंटात उगवणारी नाजूक फुलं ठेवलेली होती. भुसा भरलेला, गळ्यामध्ये भडक मफलर अडकवलेला कॉयोटी नावाचा एक प्राणीदेखील ठेवलेला दिसत होता. चित्रविचित्र वस्तूंमध्ये पूर्वीच्या काळी वापरला जाणारा छोटासा लाकडी फोन माझ्या नजरेस पडला. आकडे लिहिलेली छोटीशी तबकडी, सुंदर कोरीव काम केलेला त्याचा रिसिव्हर एका लाकडी काळ्या स्टँडवरती ठेवललेला होता आणि फोन त्याला एका काळ्या वायरने जोडलेला होता. ती अनोखी वस्तू बघून माझ्या मनात पहिला विचार आला, 'अरे व्वा! खरंच किती असामान्य आणि दुर्मीळ वस्तू आहे ही! बाकीच्या इतर वस्तू खास त्या भागातल्याच वाटताहेत, पण हा फोन मात्र त्याच्या वेगळेपणानं सगळ्यात एकदम उठून दिसतोय!' मी त्या फोनचा रिसिव्हर उचलून सहज कानाला लावला.

मुख्य फोनमधनं वाजणारे संगीताचे मंजूळ स्वर कानी पडू लागले. परत एकदा माझ्या डोळ्यातनं गालावर अश्रू ओघळू लागले. हुंदके देत हातात तो रिसिव्हर गच्च धरून मी उभी असताना शरीरामध्ये अचानक खूप ऊब निर्माण झाल्यासारखं मला वाटू लागलं. दुकानामधली इतर गिऱ्हाइकं काळजीनं माझ्याजवळ येत होती, याचंही मला भान नव्हतं. मी ऐकलेलं गाणं होतं, 'माझं तुझ्यावर प्रेम आहे, एवढंच सांगण्यास फोन केलाय.'

अचानक हाती आलेला तो खजिना घेऊन त्याचे पैसे द्यायला काऊंटरपाशी येत असताना, त्यापुढे मी आयुष्य जगू शकेन, याबद्दल माझ्या मनात किंचितही संशय नव्हता. मी आता एकाकी एकटी नव्हते. माझ्या बॉबनं नुकताच 'मला फोन करून सांगितलं होतं, की तो माझ्यावर प्रेम करतोय!'

ज्युडी वॉकर

A Treasure in Time

पुरे झालं फुलं विकत घेणं!

‘वेदना आणि दुःख तर अपरिहार्यच असतं, परंतु सतत दुःखी राहणं हे मात्र ऐच्छिक असतं.’

आर्ट क्लॅनिन

शांत एकाकी दफनभूमीच्या व्यवस्थापकाला एका स्त्रीकडनं दर महिन्याला न चुकता चेक यायचा. ती स्त्री आजारी अवस्थेत जवळ असलेल्या शहरामधल्या हॉस्पिटलमध्ये अंथरुणावर पडून असायची. गाडीच्या अपघातात मृत्यू पावलेल्या तिच्या मुलाच्या थडग्यावर वाहण्यासाठी, ताजी फुलं विकत घेण्यासाठी तो चेक यायचा.

एक दिवशी त्या दफनभूमीच्या जागी एक गाडी येऊन व्यवस्थापकाच्या ऑफिसजवळ थांबली. एक माणूस गाडी चालवत होता आणि गाडीत मागच्या सीटवर एक अतिशय निस्तेज वृद्ध स्त्री अर्धोन्मीलित डोळ्यांनी बसलेली होती.

“या बाईंची तब्येत अतिशय खराब झाल्यामुळे त्यांना चालता येत नाहीये,” त्या ड्रायव्हरनं व्यवस्थापकाला सांगितलं, “तिच्या मुलाच्या थडग्यापर्यंत जाण्यासाठी तुम्ही आमच्याबरोबर गाडीतनं येऊ शकता का – म्हणजे यांची तशी विनंती आहे तुम्हाला. बघा नं, त्या अगदी मृत्युपंथाला लागल्या आहेत. एक जुनी घरगुती ओळख असलेल्या नात्यानं त्यांनी मला इथे घेऊन येण्याची विनंती केली, कारण मुलाच्या थडग्याचं त्यांना अंतिम दर्शन घ्यायचं आहे.”

“या सौ. विल्सनबाई आहेत का?” व्यवस्थापकानं विचारलं.

त्या माणसानं डोकं हलवून होकार दिला.

“हं. आता कळलं या कोण आहेत ते. याच दर महिन्याला त्यांच्या मुलाच्या थडग्यावर फुलं वाहण्यासाठी चेक पाठवत असतात.” व्यवस्थापक त्या माणसाबरोबर चालत जाऊन गाडीपाशी आला आणि आतमध्ये त्या बाईंशेजारी बसला. ती वृद्धा खूपच अशक्त दिसत होती आणि तिचा मृत्यू जवळ आला होता, हे तिच्याकडे बघून जाणवत होतं; परंतु तरीही त्या व्यवस्थापकाला तिच्या चेहऱ्यावर काहीतरी

वेगळे भाव दिसत होते. तिचे निस्तेज, खोल गेलेले डोळे काहीतरी जुनं दुःख लपवत होते.

"मी. सौ. विल्सन", ती खोल आवाजात म्हणाली, "गेल्या दोन वर्षांपासनं दर महिन्याला..."

"हो, मला माहिती आहे आणि तुमच्या सूचनेनुसार मी त्याप्रमाणेच करत आलोय."

ती पुढे बोलू लागली, "डॉक्टरांनी माझ्या जगण्याची काही आठवड्यांचीच हमी दिली आहे, त्यामुळे आज मी इथे येऊन पोचलेय. जगाचा निरोप घेताना माझ्या मनात कोणतीही खंत राहणार नाहीये. आता जगण्यासारखं काहीच उरलेलं नाहीये, परंतु मृत्यू येण्यापूर्वी मला एकदाच अखेरचं दर्शन घ्यायचं आहे माझ्या मुलाच्या थडग्याचं आणि यापुढेही याच तऱ्हेने फुलं वाहण्याची तजवीज करून त्याप्रमाणे तुमच्याशी बोलायचं आहे."

एवढं बोलून ती खूप थकून गेली. गाडी त्या अरुंद आणि खडीच्या रस्त्यावरनं थडग्याच्या दिशेनं जात होती. ते तिथे पोचल्यावर त्या बाईंनी मोठ्या कष्टाने स्वत:ला थोडं ताठ करून, मान उंचावून, खिडकीतनं तिच्या मुलाच्या थडग्याकडे नजर टाकली. त्या क्षणी सगळीकडे नीरव शांतता पसरली होती. फक्त आजूबाजूच्या उंच उंच झाडांवर बसलेल्या पक्ष्यांची हलकी चिवचिव ऐकू येत होती.

शेवटी तो व्यवस्थापक बोलू लागला, "बाई, एक सांगावंसं वाटतंय मला आणि सांगताना वाईटही वाटतंय. तुम्ही फुलं विकत घेण्यासाठी पैसे पाठवत होतात खरं, पण..."

त्या बाईंना पहिल्यांदा काही ऐकूच गेलं नाही असं वाटलं, पण सावकाशीने ती व्यवस्थापकाकडे तोंड वळवून म्हणाली, "दुःख वाटतंय? तुम्हाला समजतंय का तुम्ही काय बोलताय ते...माझा मुलगा..."

"हो, मला जाणीव आहे त्याची." तो नरमाईच्या सुरात म्हणाला, "पण तरी आता हे ऐका, की मी चर्चच्या एका संघटनेचा सदस्य आहे आणि आम्ही दर आठवड्याला हॉस्पिटल्स, तुरुंग, आधारकेंद्र अशा अनेक ठिकाणांना भेट देत असतो. अशा जागी जिवंत माणसं राहत आहेत. त्यांना उत्साहित करण्याची गरज असते. अशा प्रकारच्या बहुतांश लोकांना मनापासनं फुलं आवडतात. सुंदर सुंदर फुलं बघण्याचा आणि त्यांचा गंध घेण्याचा अनुभव ते घेऊ शकतात. ते थडगं..." तो पुढे बोलू लागला. "ते, ते...त्या तिथलं..तिथे तर कोणी आता जिवंत नाहीये फुलांचं सौंदर्य न्याहाळण्यासाठी की त्यांचा गंध नाकात भरून घेण्यासाठी......" क्षीण आवाजात असं बोलून मान फिरवून तो दुसऱ्या बाजूला बघू लागला.

काही उत्तर न देता ती बाई मूकपणे तिच्या मुलाच्या थडग्याकडे एकटक बघत

राहिली. तो अनेक युगांचा काळ वाटत होता. नंतर सावकाशीनं तिनं हातानेच निर्देश केल्यावर त्या व्यवस्थापकासह गाडीने सगळे परत ऑफिसकडे येऊन पोचले. तो खाली उतरला आणि ते दोघं एकही शब्द न बोलता गाडीने पुढे निघून गेले. ''मी तिचा अपमान केला आहे. असं काहीतरी मी बोलायला नको होतं.'' तो स्वत:शीच पुटपुटला.

काही महिन्यांनंतर परत एकदा ती बाई भेट द्यायला तिथे आलेली बघून त्याला आश्चर्याचा धक्काच बसला आणि या वेळी इतर कोणी गाडी चालवत नव्हतं, तर खुद्द ती स्वत: गाडी चालवत आली होती. त्या व्यवस्थापकाचा त्याच्या डोळ्यांवर विश्वासच बसत नव्हता.

''तुमचं म्हणणं अगदी बरोबर होतं,'' ती त्याला म्हणाली, ''अहो फुलाबद्दल म्हणतेय मी! म्हणून तर नंतर एकही चेक आला नाही तुम्हाला. हॉस्पिटलमध्ये परतल्यावर माझ्या मनातनं तुमचे शब्द जातच नव्हते. हॉस्पिटलमधल्या ज्या इतर रोग्यांसाठी एखादं फूलही यायचं नाही, त्यांच्यासाठी मी फुलं विकत घ्यायला सुरुवात केली. ती फुलं मिळाल्यामुळे आणि तीही एका अनोळखी व्यक्तीकडनं, ते सगळे खूप खूश व्हायचे आणि त्यामुळे मलाही खूप आनंद, समाधान लाभू लागलं. ते सगळे तर आनंदी झालेच, पण त्यांच्यापेक्षा कितीतरी पटीनं मी अधिक आनंदी झालेय.''

''डॉक्टरांना उमगतच नाहीये, की अचानक कशामुळे मला बरं वाटायला लागलंय, पण मला मात्र उमगलंय बरं का!'' ती पुढे म्हणाली.

बिटस् अँड पीसेसमधून

You Don't Bring Me, Flowers Anymore

दुर्लक्षित थडगं

त्या प्रसन्न दिवशी मी वाट तुडवत होते
आणि अधूनमधून वाकून खाली बघत होते
थडग्यांवरच्या स्मारकशिला
क्षणात माझी नजर पडली एका साधारण क्रूसावर (क्रॉस)
ज्याचे निघाले होते ढलपे आणि लाकूड झालं होतं जुनं।।
वडिलांच्या थडग्यावर वाहण्याची फुलं होती माझ्या ओंजळीत
मला लवकर धरायची होती परतीची वाट
पण मी पाऊल पुढे नाही टाकू शकले, राहिले तिथेच खिळून
त्या क्रूसापाशी – ज्याच्याशी नव्हतं माझं काहीच देणं-घेणं।।
थडग्यावरची तारीख बघून माझी शंका खरी ठरली
मला आधीच कल्पना आली होती त्याची
त्या क्रूसाखाली दफन केलेलं होतं एक कोवळं बालक
निळ्या रंगाचा तो क्रूस होता खूप जीर्ण।।
नक्कीच किती स्वार्थी पालक असणार ते
ज्यांनी पोटच्या गोळ्याला पुरलं होतं किती एकाकी
सोबतीला नव्हती फुलं ना अंधारात होती मेणबत्तीची संगत
ना होती साधी एखादी स्मारकशिला ।।
जवळ जाऊन नीट निरखला तो क्रूस
ढलपे सुटून आलेला भासला तो केविलवाणा
पण त्याच्या मागे लिहिलेल्या ओळी वाचल्या
आणि त्या क्षणी मी आमूलाग्र बदलूनच गेले।।
'हा क्रूस नाही भव्यदिव्य, पण बनला आहे माझ्या हातांनी
आता तुला कळेल बाळा, किती रे जीव होता माझा तुझ्यावर

क्रूसाचा हा निळा रंग देईल सतत तुझी आठवण
नाही मी तुझ्याजवळ, ही वेदनाच किती मोठी।।
अरे तू मला सोडून गेलास आणि मी एकाकी पडले रे
काय हा विरोधाभास, तुझं आयुष्य गेलं संपून
आणि मी मात्र राहिले मागे – एकटी आणि निराधार
कशी राखू निगराणी या थडग्याची – वेदना होती फार'।।
डोळ्यात आला अश्रूंचा महापूर, जेव्हा नजर पडली
आजूबाजूच्या भव्य स्मारकांवर पण वाटले ते खुजे त्या जीर्ण क्रूसासमोर
त्या निनावी पालकांच्या दु:खात झाले मी सहभागी
आणि उमजल्या त्यांच्या वेदना, त्यांची झालेली हानी।।
सभोवतालच्या स्मारकशिला माझ्यापेक्षाही उंचच उंच
परंतु आता भासू लागल्या अगदीच नगण्य
प्रेमळ हातांनी बनवलेल्या त्या जीर्ण क्रूसासमोर
फुलांनी भरलेली माझी ओंजळ झाली रिती त्यावर।।

शेरिल एल. कॉस्टेलो - फॉर्शी
The Grave No one Tended

दाता

'ज्याप्रमाणे अंधारमय जगात सूर्यकिरणं अलगदपणे प्रवेश करतात, त्याचप्रमाणे आपल्याला अंतर्मनाकडनं कोणाच्याही नकळत संकेत मिळत असतात.'

तिबेटी वाक्प्रचार

वयाने मोठी माझी लेक सारा आणि मी एकमेकींच्या जिवलग मैत्रिणीच झालो होतो. जवळच्याच एका शहरात ती तिच्या कुटुंबीयांसमवेत राहायची. त्यामुळे आमच्या वरचेवर भेटीगाठी व्हायच्या आणि मधल्या काळामध्ये जोडीला एकमेकींना पत्रं लिहिणं, फोन करून गप्पा करणं चालूच असायचं.

मला फोन केला की नेहमी तिच्या बोलण्याची सुरुवात, ''हॅलो आई, 'मी' बोलतेय'' अशी व्हायची. मग मी म्हणायचे, ''हॅलो 'मी', कशी आहेस तू?'' मला पत्र लिहून ती खाली सही करायची फक्त 'मी' एवढंच लिहून. कधी मुद्दाम चिडवण्यासाठी म्हणून मी तिला 'मी' अशीच हाक मारायचे.

आणि ध्यानीमनी नसताना माझी लाडकी सारा आकस्मिकरित्या मेंदूमध्ये रक्तस्राव होऊन देवाघरी निघून गेली. मी तर पूर्णपणे कोसळून गेले होते हे सांगण्याची आवश्यकता नाही! कोणाही पालकाला आपलं लाडकं अपत्य हिरावून घेतलं जाण्याइतकं दुसरं दुःख नसतं. देवावरच्या अतूट श्रद्धेमुळेच मला परत उभं राहण्याचं बळ मिळालं होतं.

तिच्या शरीरातल्या अनेक अवयवांचं दान करण्याचा आम्ही निर्णय घेतला.

पहाडासारख्या त्या दुःखात त्या एका सत्कार्यामुळे थोडंफार तरी सकारात्मक घडू शकणार होतं. जी संस्था दान केलेले अवयव स्वीकारते, त्यांच्याकडनं काही दिवसांनी मला फोन आला. तिचे निरनिराळे अवयव कुठेकुठे कामी आले होते, ते मला त्यांनी सांगितलं. अर्थात कोणाच्या शरीरात त्यांचं प्रत्यारोपण झालं, त्या व्यक्तींच्या नावाचा उल्लेख मात्र केला गेला नव्हता.

साधारण एक वर्षानंतर एका तरुणाचं मला फार छान पत्र आलं. त्याच्या शरीरामध्ये माझ्या साराचं मूत्रपिंड (किडनी) आणि स्वादुपिंड (पॅन्क्रीज) बसवलं गेलं होतं. केवढा मोठा अनमोल लाभ झाला होता त्याचा!

अर्थात वैद्यकीय मूल्यांच्या जपणुकीनुसार तो पत्रामध्ये त्याच्या नावाचा उल्लेख करू शकत नव्हता, त्यामुळे पत्राच्या खाली त्यानं काय सही केली असेल, याचा अंदाज लावू शकता?— 'मी'!!

मी भरभरून समाधान पावले!

मेरी एम. जेलिनेक
The Donor

बालहट्टाचं सार्थक

'कुटुंब म्हटलं की त्याबरोबर आल्या प्रत्येकामधल्या उणिवा, अपुरेपणा, आणि एकमेकांबद्दलच्या भावना, तरीही प्रेमाचं अस्तित्व हे असतंच. घरामधल्या एखाद्या व्यक्तीवरती प्रेम करण्याचा तुमचा उद्देश असला, तरी कधीकधी तुम्ही त्या व्यक्तीचे आवडते नसण्याची शक्यता असू शकते. जेव्हा तुम्ही स्वतः परिपूर्ण नसाल, तरी त्याबद्दल स्वतःला माफ करणं आणि समोरच्याला क्षमा करणं अतिशय महत्त्वाचं ठरतं. असं केल्यामुळे तुम्ही परत एकदा जोमानं उठून उभे राहता आणि नव्यानं प्रयत्न करू लागता. झाडाला कळ्या लागणं, मोहोर येणं, कळी उमलून फूल फुलणं याप्रमाणेच ही प्रक्रियाही अखंडरित्या सतत चालूच असते.'

बर्नी सीजेल

माझा सर्वात धाकटा मुलगा अँड्र्यू तेव्हा अकरा वर्षांचा होता. एकदा त्यानं माझ्याजवळ एक मागणी केली. त्याच्या वडिलांच्या दुसऱ्या श्राद्धदिनी आम्ही जवळच्या तलावाजवळ जाऊन तिथे तो दिवस पाळावा, अशी त्याची इच्छा होती. त्यावर काय बोलावं, हेच मला समजत नव्हतं. घरापासनं जवळच असलेल्या मिशीगन तलावाच्या किनारी बसून मूकपणे सूर्योदय बघायचा, हे तर त्याच्या मनात होतंच. केळी घालून केलेला रेड चेरी जेलो हा पदार्थ तिथे वाळूत बसून खाण्याचा विचित्र हट्ट त्यानं धरला.

"जेलो? आणि सकाळी सहा वाजता?" मी त्याला आश्चर्यानं विचारलं.

"आई, हा पदार्थ बाबांच्या किती आवडीचा होता माहिती आहे नं? मी दर शनिवार-रविवारची सुट्टी घालवायला त्यांच्याकडे जायचो नं, तेव्हा आम्ही दोघं मिळून बनवायचो."

मी आणि हॅरॉल्डनी विभक्त होण्याचा निर्णय घेतला. कायद्यानुसार कमीतकमी

एक वर्षं तुम्हाला वेगळं राहावं लागतं, पण दोन महिन्यांतच विवाह समुपदेश घेण्याचा प्रयत्नही न करता त्यानं घटस्फोटाचा अर्ज दाखल केला होता, त्यामुळे माझ्या मनात अजूनही दुखावलं गेल्याची भावना जागृत होती. कायदेशीर घटस्फोट मिळाल्यावर लगेच त्याच दिवशी त्यानं पुनर्विवाह केल्यामुळे तर मी अजूनच दुखावले गेले होते. त्यानंतर दोनच वर्षांनी त्याचा मृत्यू झाला. त्या वेळी त्या दु:खाला धैर्यानं सामोरं जाण्यात मी अँड्र्यूला खूप मदत केली होती, पण स्वत:च्या भावनांकडे पूर्णपणे दुर्लक्ष करण्याचा जाणूनबुजूनच प्रयत्न केला होता. आता परत गतकाळामधल्या गोष्टी उकरून काढणं आलं होतं माझ्या नशिबी!

"अँड्र्यू, ऐक माझं. उद्या सकाळी तापमान झपाट्याने खाली येणारेय, असं हवामानखात्यानं वर्तवलंय. तेव्हा दिवसभर घरातच राहून तू तुझ्या बाबांच्या आठवणीत का नाही रमत?"

"असं काय गं आई, जाऊ या नं आपण तलावावर. तिथे वाळूत बसून जेलो खात खात आपण बाबांच्या आठवणी काढत बसून राहायचं, एवढंच माझं म्हणणं आहे. आपण भरपूर गरम कपडे घालून शिवाय बरोबर ब्लँकेट घेऊन जाऊ या, मग तर झालं?"

गेल्या दोन वर्षांत वडिलांच्या मृत्यूनंतर झालेल्या दु:खातनं सावरण्यासाठी मी माझ्या परीनं होईल तेवढी मदत अँड्र्यूला केली होती, अशी माझी खात्री होती. एका लहान मुलाची उत्तम एकेरी पालक बनण्याचा मी खूप प्रयत्न केला होता, पण आता पहाटे उठून तलावाजवळ जाऊन बसण्याच्या ह्या प्रकरणाबद्दल मी जरा साशंकच होते. माझ्या उत्तराची वाट बघत तो थांबला होता. त्याची ती कळकळीची नजर मला सांगून गेली, की त्याच्यासाठी त्या कल्पनेचं खूप महत्त्व होतं.

"ठीक आहे अँड्र्यू", मी जरा नाखुशीनेच म्हणाले. "अंधार असतानाच आपण तिथे पोचलं पाहिजे, अशीच तुझी इच्छा असेल, तर मग आपल्याला पहाटे ५.१५लाच उठावं लागेल बरं का!"

"माझी काहीही हरकत नाहीये आई! मी माझ्या घड्याळात गजर लावून ठेवेन. तुला असं वाटतंय का, की मी वेनला विचारून पाहिलं तर तो येईल आपल्याबरोबर?"

ज्या वेनला मी गेल्या काही महिन्यांपासून भेटत होते आणि आमच्यात जवळीक निर्माण होत होती, त्याला अँड्र्यूचा तो बेत कसा काय वाटेल, याचा मी विचार करू लागले. हॅरॉल्डच्या मृत्यूनंतर दोनच महिन्यांनी वेनच्या पत्नीचं निधन झालं होतं आणि वेन अजूनही त्या दु:खात चूर होता, ह्याची मला जाणीव होती. अँड्र्यूने ठरवून टाकलेल्या त्या विचित्र समारंभाला वेनला उगाचच आग्रह करून बळजबरीनं ओढून नेणं किती प्रशस्त दिसलं असतं, हे मला ठरवता येत नव्हतं.

त्या दिवशी दुपारी मी रेड जेलो बनवत असताना वेन अचानक घरी आला.

अँड्र्यूनं ताबडतोब त्याच्या मनातली योजना वेनला बोलून दाखवली.

"मग काय वेन, येणार का तू? सूर्योदय मात्र मस्त दिसेल हं तिथून!"

"हो हो, अवश्य येईन मी अँड्र्यू आणि तू एवढं प्रेमानी विचारलंस, ह्याचाच मला आनंद झालाय."

"तू नक्की येऊ शकशील?" अशा प्रश्नार्थक नजरेनं मी वेनकडे पाहिलं. नंतर मी त्याला म्हणाले "उद्या सकाळी तापमान २० अंशापर्यंत खाली उतरणार आहे, याची कल्पना आहे नं तुला? आणि तलावाजवळचा भन्नाट वारा आणि त्यामुळे वाढणारा बोचरा गारवा म्हणजे शून्याच्या खाली तापमान असण्याचाच प्रकार होण्यासारखं आहे."

हसून वेन म्हणाला, "चला, एक मस्तपैकी धाडसी मोहीम होईल आपली."

दुसऱ्या दिवशी वेन गाडी घेऊन आमच्या घरी आला. स्वत:ला गरम कपड्यात गुंडाळून मी आणि अँड्र्यूनं त्याचं स्वागत केलं. लोकरीचा लांबलचक कोट चढवून, टोपी आणि हातमोजे घालून जोडीला मी तर कानात कापसाचे बोळेही कोंबले होते.

वेनच्या गाडीत मी एक हिरव्या रंगाची जुनी चादर टाकली आणि जेलो बनवून ठेवलेला डबा फ्रिजमधनं काढून बरोबर घेतला.

काळ्याकुट्ट अंधारामध्ये काही मिनिटांतच आम्ही दक्षिण मिलवॉकीमधल्या ग्रँट पार्क बीचवर पोचलोदेखील. आमच्याखेरीज तिथे एक चिटपाखरूदेखील दिसत नव्हतं. मी मनात विचार केला, की अर्थात त्या तसल्या कडाक्याच्या थंडीमध्ये कोणी शहाणी व्यक्ती त्या अवेळी तिथे येण्याचा विचारदेखील करू शकली नसती म्हणा!

त्या काळ्याशार पाण्यापासनं साधारण तीस फुटांवर वाळूवर वेन आणि अँड्र्यूनं चादर अंथरली. चादरीच्या समोरच्या भागावर आम्ही तिघं एकमेकांना चिकटून बसलो आणि वाऱ्यापासनं बचाव करण्यासाठी उरलेली चादर मागच्या बाजूनं ओढून अंगावर घेतली.

अँड्र्यूनं मौनव्रत राखण्याचा आदेश दिल्यामुळे सुरुवातीला काही मिनिटं मी फारच अस्वस्थ झाले होते, पण नंतर अँड्र्यू आणि वेनकडे बघितल्यावर मला कळलं, की त्या दोघांनी आयुष्यात ज्या व्यक्तींवर अतिशय प्रेम केलं होतं, त्यांच्या आठवणीत ते रममाण झालेले होते आणि त्यांना त्या व्यक्तींची उणीवही भासत होती.

एकतीस वर्षं जिच्याबरोबर सुखाचं वैवाहिक आयुष्य उपभोगलं होतं, अशी त्याची लाडकी पत्नी– जेनेटबद्दल वेन विचार करत होता, हे माझ्या लक्षात आलं होतं आणि अँड्र्यूच्या मनात तर नक्कीच हॅरॉल्डबद्दल विचार चालू असणार, यात शंकाच नव्हती. त्या दोघांनी मिळून त्या तलावाच्या भोवती मारलेल्या फेऱ्या,

वडिलांबरोबर बघितलेली नाटकं, संगीताचे कार्यक्रम आणि वडिलांच्या निधनाच्या आधी केवळ दोन महिन्यांपूर्वी फ्लॉरिडाला दिलेली भेट; अशा अनेक आठवणींनी त्याच्या मनात नक्कीच गर्दी केली असणार.

त्या उत्कृष्ट, अविस्मरणीय स्मृतीत रमलेल्या त्या दोघांकडे बघत असताना अचानक माझा ऊरदेखील भरून आला. असा आगळावेगळा समारंभ घडवून आणण्यात अँड्र्यूचा काही हेतू असू शकत होता का, असा मला प्रश्न पडला.

ती चादर अजूनच जास्त गळ्याशी लपेटत मला एकीकडे बायबलमधल्या काही ओळी आठवू लागल्या. 'चांगल्या आणि योग्य गोष्टींवरच तुमचे विचार केंद्रित करा. नेहमी पवित्र, सुंदर गोष्टींचाच विचार मनामध्ये येऊ द्या आणि दुसऱ्यांमधल्या चांगल्या गुणांचा सतत शोध घेत राहा. या गोष्टींच्या प्राप्तीमुळे तुम्हाला लाभलेला आनंद आणि त्यासाठी परमेश्वराची कृतज्ञता व्यक्त करण्याचे विचार मनात सतत घोळवत राहा.'

आमच्या वैवाहिक जीवनातला हॅरॉल्डबरोबर घालवलेला सुरुवातीचा आनंदी काळ मला पुनःश्च आठवू लागला. सायकलींवरनं केलेली भ्रमंती, बर्फावरनं घसरण्याच्या खेळाची हॅरॉल्डला दिलेली शिकवणी, ॲरिझोनाला जाऊन हॅरॉल्डच्या भावा-बहिणीकडे केलेल्या दोन वाऱ्या अशा अनेक आठवणी मनात गर्दी करू लागल्या.

हॅरॉल्डच्या एकावन्नाव्या वर्षी झालेला अँड्र्यूचा जन्म, आपल्या नवजात अर्भकाला बघून हॅरॉल्डला वाटलेला अभिमान, मला दिवस गेल्याचं कळल्यावर त्याच दिवसापासनं त्यानं बंद केलेलं धूम्रपान– पुन्हा एकदा नव्याने सगळ्या स्मृती जाग्या झाल्या होत्या.

आमच्या लग्नानंतर थोड्याच वर्षांनी हॅरॉल्डच्या गॉलब्लॅडरवरती झालेली शस्त्रक्रिया आणि त्या संकटसमयी माझी जी काही घाबरगुंडी उडाली होती, त्या घटनेचीही मनात परत एकदा उजळणी झाली. तो ज्या शाळेचा मुख्याध्यापक होता, तिथे 'वेड्यांचा दिवस' साजरा करत असताना त्यानं भगव्या रंगाची चट्ट्यापट्ट्यांची आखूड पँट आणि वर लालभडक चट्ट्यापट्ट्यांचा शर्ट घातलेला बघून माझी हसून हसून कशी मुरकुंडी वळली होती, अशा तऱ्हेतऱ्हेच्या जुन्या अनेक घटना माझ्या डोळ्यांसमोर येऊ लागल्या.

जेव्हा मी समोर क्षितिजावरती गुलाबी आणि निळ्या रंगांच्या ढगांची रांग निरखून बघायला लागले, तेव्हा हळूहळू आमच्या वैवाहिक जीवनातल्या कटू आठवणी अस्पष्ट धूसर होत गेल्या. एखादा बांध फुटावा तशी माझी अवस्था झाली होती. ज्या दिवशी हॅरॉल्ड आमचं घर सोडून निघून जाऊन वेगळा झाला; त्या दिवसापासनं मनाच्या कप्प्यात खोलवर दडवून ठेवलेल्या चांगल्या, आनंदी स्मृती

उफाळून बाहेर आल्या होत्या.

चादर अजूनच गळ्यापर्यंत घट्ट ओढून घेऊन मी अँड्र्यूला जास्तच खेटून बसले. त्याचं डोकं माझ्या छातीवर विसावलेलं होतं आणि तो थंडीपासनं बचाव करण्याचा प्रयत्न करत होता. हॅरॉल्डबद्दल मी जितका जास्त विचार करू लागले, तितक्याच जास्त प्रमाणात मला त्याची उणीव भासत होती, हे मी उमजून चुकलं.

अजून सूर्योदय होण्यास वीस मिनिटांचा तरी अवधी शिल्लक होता, पण तरीही क्षितिजापलीकडनं डोकावणाऱ्या सूर्यकिरणांनी किनाऱ्यावर एक प्रकारची नि:स्तब्ध शांतता निर्माण केली होती आणि जवळजवळ दिवस उगवलाच होता, असं भासू लागलं होतं. मीदेखील तशीच नि:स्तब्ध होऊन जवळजवळ पूर्णपणे मनात एक प्रकारची अद्‌भुत शांती अनुभवत होते.

अँड्र्यूनं खूण करून सांगितलं, की जेलो खाण्याची वेळ झाली होती. मी डब्याचं झाकण उघडलं. वेनच्या हाती चमचा देत असताना माझ्या जाडजाड हातमोज्यांमधनं मी त्याची बोटं हलकेच दाबली. तो माझ्याकडे बघून मंदपणे हसला आणि मी त्या क्षणी उमजून चुकले, की तेव्हा माझ्या आणि अँड्र्यूच्या मनात कसली आंदोलनं चालू होती, हे वेनला उमगलं होतं.

त्या पहाटे मिशिगनच्या त्या तलावाच्या किनारी, शून्याच्या खाली तापमान घसरल्याचा भास निर्माण करणाऱ्या थंडगार, बोचऱ्या वाऱ्यामध्ये बसून मग आम्ही तिघांनी मिळून रेड जेलोचा आस्वाद घेतला. आश्चर्य म्हणजे मी तेव्हा कुडकुडतही नव्हते आणि जेलो खूप स्वादिष्टही लागलं.

क्षितिजावर मनमोहक रंगांची उधळण करत सूर्योदय झाला आणि अँड्र्यू आणि वेन उठून उभे राहिले.

"आता बोलायला सुरुवात केली तर चालेल बरं का", अँड्र्यू म्हणाला.

वेननी आपले सशक्त बाहू पसरून अँड्र्यूला त्यात सामावून घेतलं. त्याला तसाच घट्ट धरून तो उभा राहिला आणि म्हणाला, "मला कल्पना आहे राजा, की तू आत्ता कोणत्या भावना अनुभवत आहेस ते. तुझं जसं तुझ्या बाबांवर खूप प्रेम होतं नं, तसंच प्रेम मीही माझ्या पत्नीवर केलं होतं रे! त्या गतस्मृतींना उजाळा देण्यासाठी अशा तऱ्हेने मुद्दाम वेळ काढणं, ही फार चांगली गोष्ट आहे."

सूर्याचा केशरी गोळा एव्हाना मोठ्या दिमाखाने क्षितिजाच्या रेषेवर विसावला होता. मग मी उठून उभी राहिले. "अँड्र्यू चल, आपण दोघं थोड्या वेळासाठी वाळूवर चक्कर मारू या."

"हं कल्पना छानच आहे. तोपर्यंत मी पुढे होऊन गाडीचं इंजिन गरम करतो", वेन हसत हसत म्हणाला.

मी आणि अँड्र्यू हातात हात घालून तळ्याच्या किनारी फिरत फिरत त्याच्या

बाबांच्या आठवणी काढत बोलत राहिलो. एकीकडे अँड्र्यू खाली पडलेल्या दगडातनं एकेक दगड घेऊन पाण्यात दूरवर फेकत होता.

"बाबा, माझं खूप प्रेम आहे तुमच्यावर", त्यानं मोठ्ठ्यानं ओरडून सांगितल्यावर त्याचं ओरडणं भरभरणाऱ्या वाऱ्याला चिरत गेलं.

परतीची वेळ झाली होती. आम्ही घरी पोहोचताच अँड्र्यूनं जाहीर केलं, की तो स्वत:च्या हातानं त्याच्या आवडीचे फ्रेंच टोस्ट तिघांसाठी बनवणार होता.

नंतर संत्र्याच्या रसानं भरलेले ग्लास हाताने उंचावत आम्ही हॅरॉल्ड लॉरेन्सची आठवण काढत ओठाला लावले. हळूहळू माझ्या लक्षात येत होतं, की माझ्या अकरा वर्षांच्या संवेदनशील मुलामुळेच मला एक अनोखा समारंभ पूर्ण शांततेत साजरा करण्याची संधी मिळाली होतीच; पण जास्त महत्त्वाचं असं होतं, की मला मोकळेपणानं माझं दु:ख व्यक्त करायची आणि दुसऱ्या व्यक्तीमधले गुण शोधण्याची खूप मोठी संधी लाभली होती आणि ते सगळं शक्य झालं केवळ अँड्र्यूमुळेच. त्यानंतर आयुष्यात घडणाऱ्या प्रत्येक चांगल्या आणि योग्य गोष्टीसाठी, अगदी अँड्र्यूसारखा असामान्य मुलगा लाभण्याबद्दलही, परमेश्वराची प्रशंसा करणं, मला सहजसाध्य होऊ लागलं होतं.

पॉट्रिशिया लॉरेन्झ

Red Jell - o at Dawn

आभार दर्शवण्याची योग्य घडी

'गोड शब्द बोलायला काही किंमत मोजावी लागत नाही...
परंतु गोड बोलून खूप काही साध्य मात्र होत असतं!'

ब्लेझ पास्कल

बाबांचा नोव्हेंबरमध्ये येणारा वाढदिवस, थोड्या उशिरानं, म्हणजे 'थँक्स गिव्हिंग डे' ला (आभार प्रदर्शनाच्या दिवशी) आम्ही नेहमी साजरा करायचो. त्यांना हॉस्पिटलमध्ये ठेवलं गेल्यानंतरदेखील यात कधीच खंड पडला नव्हता. काही वर्षांनंतर शुश्रूषागृहात होणाऱ्या अशा समारंभाचा माझ्यासाठी दुहेरी अर्थ लागू लागला– एक म्हणजे रूढार्थानं बाबांचा वाढदिवस साजरा करणं आणि दुसरं म्हणजे माझ्यासाठी त्यांनी इतकी वर्षं जे काही केलं, त्याप्रीत्यर्थ कृतज्ञता व्यक्त करणं.

तो वाढदिवस कदाचित शेवटचा ठरणार, अशी चिन्हं दिसत होती. त्यामुळे थँक्स गिव्हिंग डेपर्यंत न थांबता, त्या वर्षी त्यांच्या जन्मतारखेलाच हॉस्पिटलमध्ये सगळे एकत्र जमून, तिथेच सायमन आजोबांचा वाढदिवस भव्य प्रमाणात साजरा करण्याचं ठरवलं. खाण्यापिण्याचा मस्तपैकी जंगी बेत आणि सगळ्यांच्या उपस्थितीत समारंभ पार पडणार होता. बाबांना तर आयुष्यात एवढी गंमत कधीच वाटली नव्हती. रंगवून गोष्टी सांगण्यात ते खूप पटाईत होते. त्यादिवशी तर तिथे त्यांच्या गोष्टी ऐकण्यासाठी मोठा श्रोतृवर्ग जमला होता. त्यांच्याभोवतीच सर्वांचा गराडा होता.

वातावरण जरा शांत झाल्यावर मी सर्वांना उद्देशून सांगितलं की बदल म्हणून त्या दिवशी इतरांनी सांगितलेल्या गोष्टी बाबा ऐकणार होते. सायमन आजोबांबद्दल प्रत्येकाला काय वाटत होतं, त्यांच्या कोणत्या गोष्टी विशेष आवडत होत्या; त्याबद्दल एकेकानं बोलावं असं मी सुचवलं. खोलीत एकदम शांतता पसरली आणि सर्वांच्या नजरेचे केंद्रबिंदू असलेले बाबाही गप्प झाले.

राजाच्या सिंहासनाभोवती प्रजा गोळा व्हावी, तसं ते दृश्य दिसत होतं.

एकापाठोपाठ एकेकानं मनापासनं बाबांबद्दलचे अनुभव सांगितले. साश्रूनयनांनी बाबा एकटक बघत, ऐकत राहिले होते. कोणी त्यांच्या लहानपणीच्या बाबांच्या आठवणी, तर कोणी बाबा तरुण होते, त्या काळातल्या घटना आठवून काळाआड गेलेल्या गतस्मृतींचा कौटुंबिक खजिनाच सर्वांसमोर उघडून ठेवत होते. कोणीतरी आमची आई आणि एक फुलदाणी अशी एक जुनी घटना वर्णन करून सांगितली.

माझी आई कमी उंचीची आणि स्थूल बांध्याची होती. त्यामुळे ती नेहमी टेबलावर खूप वाकून वर्तमानपत्र वाचायची. टेबलाच्या कडेला दोन्ही कोपरं रोवून, हनुवटीला त्यांचा आधार देत तिच्या शरीराचा बरोबर काटकोन व्हायचा. एकदा रात्रीच्या वेळी आई अशा तऱ्हेनी वाचत असताना, घरातली तिची आवडती सोनेरी मुलामा चढवलेली जुनी फुलदाणी बाबांनी हळूच तिच्या पाठीवर, कमरेच्यावर ठेवली. आईला हलता येईना की सरळ होता येईना. ती इतकी हसत सुटली, की हसून हसून तिच्या डोळ्यातनं अश्रू वाहू लागले आणि मग कळवळून ती मदत मागू लागली; कारण फुलदाणीचा तोल जाऊन ती डळमळायला लागली होती. शेवटी बाबांनी ती फुलदाणी उचलून हातात घेईपर्यंत ते विनोदी दृश्य बघून इकडे आम्ही सगळे हसून हसून शेवटी गालिच्यावर गडबडा लोळू लागलो होतो.

गोष्टींचा स्रोत असाच वाहत राहिला. एक गोष्ट सांगितली, की तिच्या अनुषंगानं अजून दोन-तीन जुन्या आठवणी निघत होत्या. अगदी सर्वात लहान लहान नातवंडंही मागे राहिली नाहीत. त्यांनीदेखील आजोबा का आवडतात, हे वर्णन मोठ्या उत्साहानं करून सांगितलं. शेकडो माणसांवर ज्यांनी आयुष्यभर प्रेम केलं, माया केली; त्यांच्याबद्दल गौरवोद्‌गार काढण्याची ती वेळ होती.

बाबांच्या मृत्यूनंतर काही दिवसांनी आम्ही सगळे परत एकत्र जमलो होतो; तेव्हा आम्हा सर्वांच्या लक्षात आलं, की त्या रात्री बाबांना किती भरभरून आनंद दिला होता आम्ही. अशा जुन्या आठवणी खरं तर सहसा श्रद्धांजली वाहताना लोक काढत असतात; पण तेव्हा ज्याच्याबद्दल बोललं जातं, ती व्यक्ती तर तिथे हजर नसतेच ते सगळं ऐकण्यासाठी. गतस्मृतींना उजाळा देऊन सगळेजण एकच आशा बाळगतात, की त्यांनी प्रेमाने काढलेल्या आठवणी मृतात्म्याच्या कानापर्यंत पोचतील; पण आम्ही मात्र बाबांच्या हयातीमध्येच त्यांना तो आनंद मिळवून दिला– हसत खेळत, विनोद करत. जवळ घेऊन सांगितलेल्या त्या आठवणीच त्यांच्या अखेरीच्या दिवसात बाबांनी सतत मनात घोळवल्या असतील.

शब्द खूप प्रभावी असतात आणि ते तोंडातनं बाहेर पडणं अत्यावश्यक

असतं. उघडपणे, मोकळेपणाने ते प्रेमाचे बोल तुमच्या लाडक्या लोकांसमोर बोलून व्यक्त करून दाखवाच, इतरांच्याही कानावर ते पडू द्यात. प्रेमाची परतफेड अशाच मार्गानं तर करायची असते आणि आपल्या आयुष्यात महत्त्वाचं स्थान असणाऱ्या व्यक्तीचा तिच्या जिवंतपणीच गौरव करण्यास जरूर शिका.

सिडनी बी. सायमन
When We give Thanks

प्रतीक्षा करणारी माता

'परमेश्वर एकाच वेळी सगळीकडे उपस्थित राहू शकत नव्हता, म्हणूनच तर त्यानं मातेची निर्मिती केली.'

ज्यू भाषेमधली म्हण

व्हरमाँट राज्यामधल्या रुटलेज या छोट्याशा गावात जॉन टॉडचा जन्म झाला होता. त्याला अनेक भावंडं होती. १८८० च्या सुरुवातीच्या काळात ते किलिंग्जवर्थ नावाच्या एका खेडेगावात नव्यानं राहायला गेले. नंतर जॉन अगदी लहान असतानाच त्याच्या आईवडिलांचा मृत्यू झाला.

एका प्रेमळ, दयाळू अंत:करणाच्या दूरच्या मावशीनं जॉनला तिच्या घरी घेऊन येऊन वाढवण्याचं ठरवलं. जॉनला आणण्यासाठी तिनं तिच्याकडचा एक घोडा आणि सीझर नावाचा नोकर त्याच्या गावी पाठवला. जॉन तेव्हा केवळ सहा वर्षांचा होता. तिथून परतीच्या वाटेवर लागल्यावर जॉन आणि सीझरमध्ये झालेलं प्रेमळ संभाषण :

जॉन : ती असेल नं नक्की तिथे?

सीझर : अरे हो हो. तुझी वाट बघत थांबल्या असतील बाई.

जॉन : मला आवडेल नं तिच्याबरोबर राहायला?

सीझर : बाळा, तू अतिशय योग्य व्यक्तीकडे राहणार आहेस.

जॉन : माझ्यावर प्रेम करेल का रे ती?

सीझर : अरे, खूप मोठ्या मनाच्या आहेत त्या!

जॉन : माझ्यासाठी स्वतंत्र खोली असेल नं? आणि कुत्र्याचं एखादं पिल्लू ती मला पाळू देईल का?

सीझर : राजा, तुझ्यासाठी सगळी जय्यत तयारी करून ठेवलीय त्यांनी. मला वाटतं जॉन, तुझ्यासाठी काहीतरी गम्माडी गंमतही आणून ठेवलीय बरं का!

जॉन : आपण घरी पोचेपर्यंत ती झोपून गेली असेल, असं वाटतंय तुला?

सीझर : शक्यच नाही. त्या आतुरतेनी तुझी वाट बघत असतील. ही झाडी ओलांडून आपण बाहेर पडलो, की त्यांनी खिडकीत ठेवलेली पेटती मेणबत्ती तुला दिसेलच.

आणि म्हटल्याप्रमाणे खरंच ते घराजवळ पोचताना दुरूनच खिडकीमधली पेटती मेणबत्ती जॉनला दिसली आणि दारात उभी असलेली मावशीही दृष्टीस पडली. तो दारापासनं दूर संकोचून उभा राहिला, पण मावशीनं पुढे येऊन प्रेमभरानं त्याची पापी घेतली आणि म्हणाली, ''स्वागत आहे तुझं या घरी!''

पुढे जाऊन जॉन टॉड त्याच्या मावशीच्या घरी लहानाचा मोठा झाला आणि नंतर एक पाद्री बनला. मावशी त्याची आईच बनली होती. खऱ्या अर्थाने तिनं त्याला घर मिळवून दिलं.

अनेक वर्षं उलटल्यावर मावशीची प्रकृती सतत बिघडत राहिली आणि तिला मृत्यूची चाहूल लागली. अखेरीस जॉनला पत्र लिहून तिनं ती बातमी कळवली. त्या बातमीचा काय परिणाम होईल, त्याचा ती विचार करत होती.

जॉन टॉडनं तिच्या पत्राला उत्तर देताना लिहिलं होतं :

'प्रिय मावशी,

अनेक वर्षांपूर्वी मृत्यूच्या छायेच्या त्या घरातनं मी बाहेर पडलो होतो खरा, पण कळत नव्हतं मी कुठे जाणार होतो, कोण माझी काळजी घेणार होतं? माझ्या दृष्टीनं तो माझ्या आयुष्याचा अंत होता. मी केलेला तो एक दीर्घ प्रवास होता, पण आपल्या सीझरनं माझा उत्साह वाढवला होता. मी तुझ्या आश्वासक बाहुपाशात सामावलो आणि एका नव्या घरात प्रवेश केला.

आता जगाचा निरोप घेण्याची तुझ्यावर वेळ आली आहे. पत्राद्वारे लिहून मला तुला हेच सांगायचं आहे, की तिकडे वर स्वर्गात कोणीतरी तुझी प्रतीक्षा करत आहे. तिथे तुझी खोली छानपैकी सजवून ठेवली आहे. आतमध्ये दिवा जळत आहे, प्रवेशद्वार उघडंच आहे आणि केवळ तू येण्याचाच अवधी शिल्लक आहे! मला माहितेय, खूप वर्षांपूर्वी मीदेखील तुझ्या घराच्या दारात देव उभा असलेला पाहिलं होतं... खूप खूप वर्षांपूर्वी!'

'मोमेंट्स फॉर मदर्स' मधला उतारा
A Mother Is waiting

घडलेलं जाणण्याची इच्छा

'आपल्या जवळच्या ऐहिक गोष्टी दुसऱ्याला देणं पुरेसं नसतं. आपण आपल्यामध्ये वास करत असलेला माणुसकीचा हिस्साही देणं खूप आवश्यक असतं.'

डेझिरी-जोसेफ मर्सिअर

डायनी वेनमन हिची न भरून येणारी अशी हानी झाली होती. गाडीच्या अपघातात तिची सतरा वर्षांच्या मुलीचा– केटीचा– मृत्यू झाला होता. तिच्या त्या दु:खी काळामध्ये शहराच्या शेरीफच्या दुय्यम अधिकाऱ्यानं पाठवलेलं एक पत्र तिला आलं होतं. तो स्वत: त्या अपघातस्थळी हजर होता. त्या पत्रामुळे तिच्या आणि नवऱ्याच्या दु:खावर थोडी फुंकर घातल्यासारखं वाटलं आणि दु:ख सहन करण्याचं त्यांच बळ वाढलं.

श्री आणि सौ. वेनमन,

तुमचं जे नुकसान झालंय त्याचं मलाही अतिशय दु:ख होत आहे. एक मुलगा आणि दोन मुली अशा पौगंडावस्थेतल्या तीन मुलांचे वडील या नात्यानं मी तुम्हाला हे पत्र लिहीत आहे. कदाचित कधी माझं एखादं मूल असं वारलं, तर मला ज्या काही गोष्टींचा उलगडा व्हावा असं वाटेल, अशाच काही गोष्टींबद्दल मी तुम्हाला काही सांगणार आहे.

बर्फाने झाकलेल्या त्या रस्त्यावर अपघातस्थळी मी नेमका येऊन पोचलो होतो. गाडीच्या ड्रायव्हरच्या सीटवरच केटी होती. तिच्या डोक्याच्या डाव्या बाजूला गंभीर धक्का पोहोचला होता आणि त्या प्रचंड आघातानं ती बेशुद्ध पडलेली होती. पण तिचा श्वासोच्छ्वास नीट होण्यासाठी मी तिचं डोकं वर उचललं आणि तिला हळुवारपणे आणि प्रेमानं जवळ घेऊन मदत येईपर्यंत तसाच बसलो होतो. केटी जिवंत नव्हती, हे काही वेळानं स्पष्ट दिसत होतं; पण तिचा श्वासोच्छ्वास नीट सुरू करण्याचे प्रयत्न आम्ही थांबवले नव्हते. शेवटी मग इलेक्ट्रॉनिक मॉनिटरच्या

साहाय्यानं तपासून तिच्या मृत्यूची खात्री करून घेतली.

मला एवढंच सांगायची इच्छा आहे, की केटी शुद्धीत नसल्यानं घाबरलेली, वेदनांनी तळमळतानाही दिसत नव्हती. शेवटपर्यंत ती शुद्धीवर आलीच नाही. अजून एक महत्त्वाचा मुद्दा लिहावासा वाटतोय, की केटीला एकाकी मृत्यू आला नाही. स्वत:च्या दोन मुलींवर प्रेम करणारा आणि मुलं म्हणजे केवढा अमूल्य खजिना असतो, याची जाण असणाऱ्या एका पित्याच्या कुशीत तिनं प्राण सोडला. तुमच्या तरुण मुलीवर अशी वेळ आली, याबद्दल मला मनापासनं खेद आहे. त्या दिवशीच्या प्रसंगाबद्दल तुम्हाला कधी माझ्याशी बोलावंसं वाटलं, तर मला जरूर फोन करा.

केटीच्या प्रार्थनेत
रॉबर्ट ग्रॉस
लेन काऊंटी शेरीफच्या खात्यातर्फे.

आणि खरंच वेनमन दांपत्याला ग्रॉसची भेट घेण्याची इच्छा झाली. केटीच्या

स्मरणार्थ श्रद्धांजलीचा सोहळा झाला, तेव्हा त्यांची भेट झाली. ''नंतर काही दिवसांनी तोच मुद्दाम घरी येऊन, दोन तास आमच्याबरोबर बसून, त्यानं मला पडलेल्या अनेक प्रश्नांची शांतपणे उत्तरं दिली'' डायनी वेनमन नंतर सांगत होती, ''तो स्वत: एक पिता असल्यानं त्याला माझ्या वेदना समजत होत्या आणि त्यामुळे मला खूप बरं वाटलं. तो अगदी प्रामाणिकपणे आणि स्पष्टपणे सर्व घटनांबद्दल

बोलत होता. मनाने तो बराच श्रद्धाळू वाटला. त्याला भेटून माझ्या आयुष्यात बदल घडला. माझ्या मनाच्या जखमा ओल्या असतानादेखील त्यानं माझं पूर्ण शंकानिरसन केलं होतं.''

कॅरेन नॉर्डलिंग मॅक-कोवॅन
I Thought you would want to know

मॅटची कहाणी

'मी प्रत्येक गोष्ट समजून घेऊ शकतो. मी समजू शकतो, कारण मी सदैव सर्वांवरती प्रेम करत असतो.'

लिओ टॉलस्टॉय

मला खूप वाईट वाटत होतं. मी अतिशय दुःखी झालो होते, कारण मला मल्टिपल स्क्लेरॉसिस नावाच्या व्याधीनं पछाडलेलं होतं; असं डॉक्टरांनी निदान केलं होतं. असा एक असाध्य, जीवघेणा रोग ज्यामध्ये शरीरातले मज्जातंतू (सेंट्रल नर्व्हस सिस्टिम) इतके दुर्बल होतात, की तब्येतीचं पूर्ण वाटोळं होत जातं. पण केवळ माझंच दुःख मी उगाळत बसू शकत नव्हते, कारण तेव्हा माझा एक मित्र– मॅट बेनेट– याचा नुकताच मृत्यू झालेला होता.

शनिवारी सकाळी सात वाजताच फोन वाजला. मॅटचे वडील जेसी गंभीरपणे सांगत होते, ''काल मध्यरात्री मॅट आम्हाला सोडून परलोकी निघून गेला.''

मॅट माझ्यासाठी नेहमीच एक आदर्श होता आणि भविष्यकाळातही मी त्याला आदर्श व्यक्तीच मानेन. सिंहासारखा धाडसी स्वभाव होता मॅटचा! तो तेरा वर्षांचा असताना मी त्याला भेटले होते ते माझ्या एका कामाच्या संदर्भात. मी लॉस एंजेलेस शहरातल्या ज्या स्थानिक वर्तमानपत्रासाठी काम करत होते, त्यात छापण्यासाठी मॅटची जीवनगाथा जाणून घेण्याचं काम माझ्यावर सोपवलेलं होतं. मॅटला न्यूरोब्लास्टोमा नावाचा एक प्रकारचा जीवघेणा कर्करोग झालेला होता. पोटातनं हळूहळू तो त्यांच्या संपूर्ण शरीरात पसरत जाणारा भयानक रोग होता.

अशा प्रकारची घटना खरं म्हणजे सहसा वर्तमानपत्रात छापत नाहीत, पण आम्हाला एकाच गोष्टीचं राहून राहून आश्चर्य वाटत होतं की, मॅटनं अजूनही त्याच्या बेसबॉल संघातनं नाव काढून घेतलं नव्हतं. वेदना सहन करत त्यानं खेळणं चालूच ठेवलं होतं आणि त्याच्यामधली विनोदबुद्धीही अजून चांगलीच जागृत होती. अंगापिंडानं तो उंचापुरा आणि धष्टपुष्ट होता. त्याची आई गमतीनं त्याला 'मोटू'

म्हणूनच हाक मारायची. मी पहिल्यांदा जेव्हा त्याला भेटले, तेव्हा मोठ्या ऐटीत त्यानं डोक्यावरची बेसबॉलची टोपी काढून, कर्करोगावरच्या तीव्र उपचारांमुळे झालेला तुळतुळीत गोटा दाखवला होता.

मॅट म्हणजे खरोखर एक अजब रसायन होतं. मी स्वत: खरं म्हणजे एक बातमीदार होते, पण तरीही त्याच्या कुटुंबाशी खूप लवकर माझी जवळीक जमली. आमच्या व्यवसायात आवश्यक अशा तटस्थ वृत्तीचा, अलिप्तपणाचा जणू मला विसरच पडला होता; पण मला त्याची पर्वा नव्हती. मॅट आणि त्याची आई– बिली– यांच्यामध्ये, इतकं अतोनात जिव्हाळ्याचं नातं होतं, की त्यांच्या घरात शिरताच किंवा कधीही त्या दोघांना एकत्र पाहिल्यास त्या अनोख्या प्रेमाची अनुभूती यायची. चालू नोकरी सोडून देऊन तिनं मॅटची त्याच्या उरलेल्या आयुष्यात खूप काळजी घेतली होती. कधी नवीन औषधांचा त्याच्यावर प्रयोग करायचा असायचा, तेव्हा वेदनेपोटी बाहेर पडणाऱ्या त्याच्या किंचाळ्या ती शेजारच्या खोलीत बसून ऐकत राहायची.

''आई, अजूनही आपण मनात आशा बाळगायला पाहिजे बघ'', तो नेहमी तिला सांगायचा.

धैर्यशीलपणाची त्याची ती अनोखी कहाणी होती. कारण त्यानं कधीही हार मानली नव्हती. मॅटची आणि माझी ओळख त्याच्या वयाच्या तेराव्या वर्षापासनं ते ती सोळाव्या वर्षापर्यंत राहिली. माध्यमिक शाळेतनं तो उत्तीर्ण झाल्यावरच्या समारंभाला मी हजर होते आणि त्या प्रसंगावरही मी वर्तमानपत्रात लेख लिहिला होता. मी त्याला भेटण्यासाठी घर आणि हॉस्पिटल अशा दोन्ही ठिकाणी जायचे. जेव्हा मीच खूप आजारी पडले, तेव्हा मॅट मला धीर देण्यास होताच. हॉस्पिटलमध्ये माझ्या वैद्यकीय चाचण्या चालू असताना त्याला तिथे येऊन माझा हात धरून उभं राहावंसं वाटलं होतं. त्याबद्दलचं त्याचं स्पष्टीकरण मोठं मजेशीर असायचं. ''मी राहून आलोय नं हॉस्पिटलमध्ये, त्यामुळे मला सगळं माहिती आहे. अशा प्रकारच्या सगळ्या चाचण्यांमधनं मी पार पडलेलो आहे नं!''

तो मृत्यू पावण्याच्या थोडे दिवस आधी एका संध्याकाळी मी माझ्या पतीबरोबर मॅटला भेटायला हॉस्पिटलमध्ये गेले होते. तो टीव्हीवर त्याच्या आवडत्या संघाचा (ओकलँड ए) आणि त्याच्या आवडत्या खेळाडूचा –मार्क मॅगवायरचा– खेळ बघत बसला होता (मॅगवायर पूर्वी एकदा वेळात वेळ काढून मुद्दाम मॅटला हॉस्पिटलमध्ये भेटायला आला होता आणि त्याबद्दल मॅटच्या घरचे सगळे कायम त्याचे ऋणी आहेत); पण ते दृश्य फारच विचित्र वाटत होतं, कारण खरं म्हणजे मॅट टीव्ही बघतच नव्हता. कॅन्सरनं त्याची दृष्टी जवळजवळ नाहीशीच झालेली होती, पण तरीदेखील मॅटकडे बघून कोणाला कल्पनादेखील आली नसती. तो खेळाचं धावतं

वर्णन करत होता आणि सगळ्यांना सांगत होता, की मॅगवायरचा त्याला किती अभिमान वाटत होता.

थोड्याच क्षणानंतर घडलेला एक प्रसंग माझ्या जीवनात कायमचा कोरला गेलाय. मॅटनं माझ्या दिशेने मान वळवली, जणू तो मला डोळ्यांनी न्याहाळतच होता. खोलीत जमलेल्या सगळ्या लोकांसमोर त्यानं मोठ्यानं जाहीर केलं. "डायना, तू मला खूप खूप आवडतेस. माझं प्रेम आहे तुझ्यावर." सोळा वर्षांच्या मुलाच्या तोंडचे ते उद्‌गार ऐकून मी आश्चर्यचकितच झाले. नंतर लगेच माझ्या लक्षात आलं, की त्या लहान मुलाचं आता एका तरुणात रूपांतर झालं होतं. मलाही मॅट खूप आवडायचा. गेली उडत माझी पत्रकारिता! बातमीदारानं कोणत्याही परिस्थितीमध्ये अलिप्तच राहायला पाहिजे, हा नियम मला झुगारून द्यावासा वाटला. मॅटसारखा एखादा मुलगा तुमच्या सहवासात आला; तर असल्या गोष्टींचा, नियमांचा विचार करायला नकोच मुळी! अशा वेळी प्रेमाची, आपुलकीची भावनाच सर्वांत जास्त महत्त्वाची असते. प्रेमानं त्याला जवळ घेऊन मी त्याचा निरोप घेतला आणि म्हणाले, "मी परत येईन हं तुला भेटायला, मॅट!"

पण मी नंतर त्याला भेटायला कधी जाण्यापूर्वीच तो फोन आला. माझ्या पतीनं मला बाहुपाशात घेतलं आणि मी मूक रुदन करत असताना मला तसंच जवळ घेतलेल्या अवस्थेत तो उभा राहिला.

त्या दिवशी नंतर एका छोट्याशा रोपट्याची खरेदी करून, ते त्याच्या कुटुंबीयांकडे पाठवायला म्हणून, आम्ही फुलांच्या दुकानात गेलो होतो. दुकानात शिरताना माझ्या अंगाला कंप सुटला होता आणि चक्कर येऊन मी पडेन की काय असं वाटत होतं.

मी त्याच्या घराचा पत्ता दुकानातल्या मुलीला दिला आणि तिनं त्याचा फोननंबर मला विचारला.

"माझ्याकडे फोननंबर नाहीये त्याचा", मी म्हणाले.

"ठीक आहे, पण फोननंबर मिळाल्याखेरीज मी हे त्याच्या घरी पाठवू नाही शकत." तिनं नम्रपणे पण स्पष्ट शब्दात सांगितलं. "पाठवलेली वस्तू स्वीकारण्यासाठी कोणी घरात हजर असेल का, हे आम्हाला आधीच फोन करून विचारावं लागतं."

मग मात्र मी काळजीत पडले. "चौकशीकेंद्राला फोन कर बरं." मी तिला म्हणाले.

पण मला मनात उगाचच वाटत होतं, की बेनेट कुटुंबाचा फोननंबर केंद्रावर नोंदवला गेला नसावा. आमच्यासमोरच त्या मुलीनं फोन लावला. माझी धाकधूक वाढत होती आणि मला परत कसंतरी होऊ लागलं. ती फोनवर बोलत असताना आम्ही तिच्या चेहऱ्यावरचे भाव निरखत होतो. तिच्या चेहऱ्यावर आम्हाला अचानक

वेगळेच भाव दिसू लागले. तशाच चेहऱ्यानं ती पलीकडल्या मदतनिसाशी फोनवर बोलतच राहिली. बोलणं संपवून तिनं आश्चर्यानेच आमच्याकडे पाहिलं आणि म्हणाली, ''त्यांचा नंबर नोंदवलेला नाहीये, पण ती माहिती सांगणारी मदतनीस बेनेट कुटुंबाच्या शेजारीच राहते. तेव्हा ती मला म्हणाली आहे की हे रोप बेनेटच्या घरी पोचवण्याची ती जबाबदारी घेतेय.'' ते ऐकून आम्ही दोघं अवाक नजरेनं एकमेकांकडे बघत राहिलो.

मला लगेच खूप बरं वाटायला लागलं. मी शांत झाले कारण तेव्हाही माझ्या अवतीभोवती असून मला शांत करण्याचा प्रयत्न मॅट करत होता, असा मला भास होत होता. त्याला जाऊन तीन वर्षं उलटली आहेत, पण आजही तो माझ्याजवळ-म्हणजे माझ्या हृदयात वसलेला आहे. आमच्या खोलीमध्ये मी त्याचा एक फोटो ठेवला आहे. जेव्हा जेव्हा मला खूप वेदना होत असतात, तेव्हा प्रत्येक वेळी मी विचार करते, 'मॅटनी हे सगळं कशा प्रकारे सहन केलं असतं बरं?' आणि तो विचारही माझी सहनशीलता वाढवत असतो.

डायना ए. चॅपमन
Matt's Story

प्रतीक्षेत होती ती

'सोशीकपणा, चिकाटी हे गुण अंगी बाणवणं अतिशय कठीण असतं, पण त्यामुळे मिळणारी फळं मात्र खूप गोड असतात.'

जर्मन म्हण

भविष्यकाळातल्या मातृत्वाची मला स्वप्नं पडायची. तू जेव्हा केवळ एक कल्पना होतीस, तेव्हापासूनच मी तुझ्यावर जीव लावू लागले. तुझं रूप कसं असेल, याची कल्पना करायला मला भारी आवडायचं. तुझा इवलासा देह हातात धरणं, खरं तर त्याआधी एक जीव निर्माण करणं, ह्याबद्दल विचार करणं कठीणच जायचं मला; पण तरी मला खात्री वाटत होती, की एक ना एक दिवस तू सत्य रूपात समोर येणार होतीस. आई होण्याचं माझं स्वप्न कधीतरी नक्की साकार होणार होतं.

ज्या दिवशी तुझ्या अस्तित्वाचा सुगावा लागला, त्या दिवशी मला वाटलं, की मी स्वप्नच बघत होते, पण तू खरंच माझ्या उदरात प्रवेश केला होतास यावर माझा विश्वास बसत नव्हता. हळुवारपणे पोटावर हात फिरवून मी तुझ्याशी हितगुज केलं होतं. तुझ्या जन्मतारखेबद्दल मी विचार करू लागले. त्या दिवशी मी तुला प्रत्यक्ष माझ्या डोळ्यांनी बघणार होते. तुला जवळ घेणार होते आणि माझी लहानगी कशी दिसते, हे त्या दिवशी मला समजणार होतं. तुझा विचार करतच मी प्रत्येक कृती करत होते. तुझ्यासाठी मी जेवत होते. प्रत्येक वेळेचा स्वयंपाक तुला गृहीत धरून, तुझ्या इवल्याशा पोटात जाणार, या विचारानुसारच बनवत होते.

मी आणि तुझ्या बाबांनी मिळून तुझी खोली कशी सजवायची, हे ठरवलं. तुझ्यासाठी निरनिराळी नावं शोधून ठेवली. तुझ्या भविष्यकाळासाठी पैसे शिल्लक टाकू लागलो. आमचा जीव केव्हाच तुझ्यावर लागूनही गेला होता. तुझ्या छोट्याशा मुठीत तू आमची बोटं कशी पकडून ठेवशील हे अनुभवण्यासाठी आम्ही आतुर झालो होतो. तुझ्या गोजिरवाण्या अंगाला न्हाऊ-माखू घालण्यासाठी आम्ही आसुसलो

होतो. तुझा टाहो ऐकून घाईनं तुला हवं- नको बघण्याच्या संधीची वाट बघत होतो.

तुझं पहिलंवहिलं पाऊल टाकणं, तुझे बोबडे बोल ओठातनं बाहेर पडतानाचा पहिला क्षण, तुझ्या शाळेचा पहिला दिवस या सगळ्या गोष्टींकडे आम्ही डोळे लावून मी बसलो होतो. शाळेच्या गृहपाठात तुला मदत करायची, तू भाग घेतलेल्या बेसबॉलच्या खेळाची स्वप्नं बघत होतो. मी ज्या माणसावर प्रेम केलं, त्याला माझी लाडकी 'बाबा' अशी हाक मारणार, या कल्पनेनी मी आश्चर्यात पडत होते. माझ्या उदरात तू जेव्हा वाढत होतीस, त्या काही महिन्यांत आम्ही तुझ्या भविष्यामधल्या लहान-मोठ्या घटनांची कल्पना करत राहिलो होतो. किती किती माया करत होतो आम्ही तुझ्यावर!

आणि दुर्दैवानं दोनच मिनिटांमध्ये आमची सगळी स्वप्नं भंग पावली. नियमितपणे तपासणी करण्यासाठी, एक दिवशी हॉस्पिटलमध्ये गेल्यावर, अल्ट्रासाऊंडच्या चाचणीतनं समजलं, की काही आठवड्यांपूर्वीच तुझी वाढ होणं थांबून गेलं होतं. आम्हाला काही कल्पनाही नसताना तू अचानक निघून गेली होतीस. केवळ तुलाच केंद्रबिंदू मानून आम्ही केलेले विचार, बघितलेली सोनेरी स्वप्नं सगळं सगळं व्यर्थ ठरलं; पण तरी तुझ्यावरचं आमचं प्रेम मात्र तसंच अबाधित राहिलं! त्या धक्क्यामधनं सावरायला आम्हाला बराच वेळ लागला. लगेच काही महिन्यांतच मला परत दिवस राहतील, असं डॉक्टरांनी सांगितलं; पण आम्हाला केवळ तू आणि तूच हवी होतीस!

आम्हाला तेव्हा मूल व्हावं, अशी परमेश्वराचीच इच्छा नव्हती, असं हळूहळू

आमच्या लक्षात आलं. जेव्हा मूल होणार असेल, तेव्हा मानसिकरित्या कदाचित आम्ही पूर्ण तयारीत असू, अशी मनाची समजूत घातली. त्यामुळे थोडं बरं वाटलं, पण तुझी आठवण मात्र सतत येत राहिली होती. तुझ्या आगमनासाठी आम्ही आतुरलो होतो, पण आता जेव्हा कधी ते नशिबात असेल, त्यासाठी आम्ही वाट बघत राहणार होतो. आम्हाला अशीही खात्री होती, की परत एकदा तू आमच्या आयुष्यात जेव्हा येशील, तेव्हा मी नोकरी न करता दिवसभर तुझ्याजवळ राहू शकेन. तुझ्या बाबांचं उच्चशिक्षण घेणंही संपेल. अशा प्रकारे आम्ही ते दुःख, ती हानी शांतचित्तानं स्वीकारली.

चार वर्षं झाली त्या दुर्घटनेला. आज सकाळी मी घराच्या बागेतल्या पोहण्याच्या तलावाजवळ माझ्या तीन वर्षांच्या मुलीसह बसले होते. तिच्या चिमुकल्या हातानं छोट्या छोट्या ओंजळीभरून पाणी घेऊन ती खेळातल्या बादलीत भरताना मी बघत होते. तिच्या निष्पापपणाने मी मोहून गेले होते. तिच्यासारख्या निष्पाप जीवाच्या निर्मितीमध्ये आमचा सहभाग होता, हे खरंच आश्चर्य होतं. अकस्मातरित्या ती चमकदार नजरेनं माझ्याकडे एकटक बघत म्हणाली, ''आई, मी पहिल्या वेळी जगात येणार होते, तेव्हा तू पूर्णपणे तयार नव्हतीस नं माझ्या आगमनासाठी?'' माझ्या लाडक्या लेकीला घट्ट मिठीत घेऊन साश्रूनयनांनी मी म्हणाले, ''नाही राणी, तसं नाही गं, पण तू निघून गेल्यावर तुझी आठवण मात्र सतत मनात घोळत राहिली होती, हे तेवढंच खरं.'' गमावलेल्या लेकीसाठी दुःख करण्याची यापुढे आम्हाला आवश्यकता भासणार नाही, कारण तीच तर परत आलीय आमच्या आयुष्यात. काही वर्षांपूर्वी जिच्यावर एवढा जीव लावला होता, तीच आहे ही नक्की!

सारा पार्कर
She was waiting

२

बघण्याचा दृष्टिकोन

'दोन व्यक्ती गजांमधनं बाहेरचं जग बघत असतील, तर एकाला दिसतो केवळ बाहेरचा चिखल आणि दुसऱ्याचं लक्ष जातं– आकाशात चमचमणाऱ्या ताऱ्यांकडे.'

फ्रेडरिक लँगब्रिज

परसदारीचा देवदूत

'असेही काही स्त्री-पुरुष असतात, जे या जगामध्ये खूप काही चांगलं कार्य करून जातात. दयाळू वृत्ती, धैर्य, निष्ठा, प्रामाणिकपणा अशा गुणांची दैवी देणगी त्यांना मिळालेली असते. आता तो एखादा ट्रक ड्रायव्हर असू शकतो किंवा धंदा, व्यवसाय करणारादेखील असण्याची शक्यता असते वा एखादा कुटुंबवत्सल सद्गृहस्थ असला, तरी त्यामुळे काही फरक पडत नसतो. आपल्या वागणुकीतनं मूर्तिमंत सत्याची ते जगाला ओळख करून देत असतात.'

जेम्स ए. गारफिल्ड

आमच्या घरातच मी ब्युटीपार्लर चालवायचे. एके दिवशी मी तिथे कामात मग्न असताना, माझा नवरा डेन अचानकपणे घाबरलेल्या चेहऱ्यानं आत शिरला आणि म्हणाला, ''हे बघ, मागच्या अंगणातल्या बागेत आपल्या मुलींनी झाडावर जे घर बनवलंय ना, त्यात मला हे काय मिळालंय.'' काही जीन्स आणि टी शर्ट्स माझ्या पुढ्यात धरत तो पुढे म्हणाला, ''याचा अर्थ आपल्या परसदारी कोणीतरी चक्क मुक्काम ठोकलेला दिसतोय.''

काही दिवसांपासनं विध्वंसक कृत्य करणाऱ्यांचा आमच्या छोट्या गावाला खूप उपद्रव झाला होता. आजूबाजूच्या गावातली उडाणटप्पू मुलं आमच्या गावातल्या रस्त्यांवरती बिनदिक्कत हिंडताना दिसू लागली होती. १९९१ च्या शिशिर ऋतूमध्ये जवळच्या लँकेस्टरसारख्या मोठ्या शहरात गुन्हेगारीचं प्रमाण भीतिदायकरित्या वाढू लागलं होतं. आमच्या मॅनहेम गावानं मात्र ठरवलं होतं, की अशा गुन्ह्यांच्या घटना गावात होता काम नयेत. ''मला वाटतं की पोलिसांकडे तक्रार करावी'', डेन म्हणाला.

काही दिवसानंतर मी खिडकीमधनं बाहेर बघत असताना तरुण मुलांचं एक टोळकं आमच्या आणि शेजारच्या घराच्या मधल्या जागेत भटकत रस्त्याकडे

जाताना मला दिसलं. मी दार उघडून धावत बाहेर आले आणि दोन बोटं घशात घालून जोरात शिट्टी मारली.

त्या टोळभैरवांनी मागे वळून पाहिलं. चौघंजणं होते ते; पण एकाचेही कपडे चित्रविचित्र नव्हते, उलट स्वच्छ जीन्स आणि टीशर्टमध्ये होती ती मुलं. ''काय रे पोरांनो, आमच्या मागच्या अंगणात काय उद्योग चालला होता तुमचा?'' मी दरडावून विचारलं.

''काही नाही. तिथून आम्ही पुढेच चाललो होतो या बाजूला.'' एकजण म्हणाला.

''तुम्ही शाळेत असायला पाहिजे या वेळी – गेला नाहीत का आज?'' मी विचारलं.

''शी! आम्हाला नाही आवडत शाळेतबिळेत जायला.'' दुसरा उत्तरला.

पण त्यांच्यामधला एक उंच मुलगा पुढे आला. इतरांप्रमाणे नजर न चुकवता माझ्याकडे थेट बघून तो म्हणाला, ''मला मात्र आवडेल बरं का शाळेत जायला; पण मी जिथे राहतो, तिथल्या शाळेत नको.'' सडपातळ बांधा, स्वच्छ दाढी केलेल्या, तपकिरी डोळ्यांच्या त्या मुलाचे उच्चार खास लॅटीन अमेरिकन (स्पॅनिश भाषा बोलणाऱ्या देशातनं अमेरिकेत स्थलांतरित झालेले) लोकांसारखे वाटत होते.

ती मुलं रस्त्याने पुढे निघून गेल्यावर मी परत पार्लरमध्ये आले. चला, कमीतकमी ती मुलं वाया गेलेली, फार बिघडलेली, अट्टल गुन्हेगार तर वाटली नव्हती; हे काय कमी होतं? ज्या मुलाला शाळेत जाण्याची जबरदस्त इच्छा होती, तो मला खूप वेगळा वाटला होता. एक-दोन दिवसांनंतर तो आमच्या दारात आलेला बघून, कसं काय कोण जाणे, पण मला फारसं आश्चर्य वाटलं नाही. मी मागच्या अंगणात गळलेली पानं झाडत होते. ''नमस्ते, मी मदत करू का तुम्हाला?'' त्यानं विचारलं.

त्याच्या मनात काय विचार असावा, या दृष्टीनं त्याला क्षणभर नीट न्याहाळून मगच मी त्याच्या हाती पानं उचलण्याचा दातेरी झाडू सोपवला. ''नाव काय रे तुझं? तू मूळचा कुठचा?'' मी विचारलं

''एंजल मेलेन्डेज'' त्यानं सांगितलं. ''मी मूळचा लँकेस्टर शहरामधला, पण तिथे सध्या फार वाईट दिवस आलेत.''

''मग सध्या कुठे राहतोस तू?''

''कधी एखाद्या मित्राच्या घरी अचानक जाऊन राहतो. मी तुमच्या मागच्या अंगणातल्या झाडावरच्या छोट्याशा घरात काही कपडे लपवून ठेवले आहेत, त्याबद्दल मी दिलगिरी व्यक्त करतो. तुम्हाला त्रास देण्याचा माझा अजिबात उद्देश नाहीये.'' तो म्हणाला.

"तुला परत हवे आहेत का ते कपडे?" मी असं विचारल्यावर मान हलवून त्यानं होकार दिला. त्याला तिथे बाहेरच थांबवून मी घरात गेले. मागच्या अंगणात जाऊन, झाडावरच्या घरातनं त्याचे कपडे गोळा करून तिथून उंचावरनं मन लावून काम चालू ठेवताना त्याला पाहिलं. अतिशय किडकिडीत अंगकाठीचा तो वाटत होता. ती ढीगभर पानं गोळा करण्याचे कष्ट घेतल्यावर, दुपारचं जेवण देणं, म्हणजे माझ्याकडनं त्याला योग्य मोबदला मिळेल, असा मी विचार केला.

घराबाहेरचा अंगणातला परिसर छानपैकी स्वच्छ दिसत होता. स्वयंपाकघरातील टेबलाशी बसून त्यानं अक्षरश: सगळ्या सँडविचेसचा फडशा पाडला. त्याच्याकडे बघून असं वाटत होतं, की आणखी सहा सँडविचेस तरी तो सहज पचवू शकला असता.

नंतरच्या काळात एंजल अधूनमधून गप्पा मारण्यासाठी म्हणून चक्कर टाकू लागला होता. नौदलात कॅप्टन होण्याच्या त्याच्या स्वप्नाबद्दल कधीकधी तो बोलायचा. संध्याकाळच्या वेळी मी, डेन आणि तेरा-चौदा वर्षांच्या आमच्या दोन मुली – हॅली आणि ॲमंडा– टीव्ही बघत असलो, की एंजल त्या वेळी आमच्याकडे येऊ लागला. खायचे पदार्थ समोर केले, की तो अधाशासारखं खात सुटायचा. नंतर तृप्त आवाजात खुशीनं गुडनाईट असं म्हणून निरोप घेऊ लागला, की मला काहीसं अवघडल्यासारखं वाटायचं की जणू आम्ही त्याला घराबाहेर जाण्याचं सुचवतोय – पण तो नक्की कुठे – वा कुठेच जाणार नाही!

नंतर एका रात्री डेननं सुचवलं, "एंजल, झोपण्यासाठी तुला कुठेच जागा मिळत नसेल, तर घराच्या बाहेर अंगणात माझी जी कामाची खोली आणि ऑफिस आहे, तिथे तू झोपू शकतोस."

"मी अत्यंत आभारी आहे तुमचा", हसत हसत एंजल म्हणाला. दाराकडे वळून चाचरत पुढे म्हणाला, "मला माध्यमिक शिक्षण पूर्ण करण्याची खूप खूप इच्छा आहे. मी विचार करत होतो, की तुम्ही मला शाळेत प्रवेश मिळवून देऊ शकाल का?"

रात्री गाद्या घालताना डेन आणि मी त्याच प्रश्नार्थक नजरेनं एकमेकांकडे बघत होतो. 'काय करावं बरं या एंजलसाठी? खरंच चांगला मुलगा वाटतोय हा, पण उगाचच आपणहून भलत्या फंदात पडावं का?'

"हे प्रकरण फार पुढे जाण्याआधी मला वाटतंय, की त्याच्या गतकाळाबद्दल खरी माहिती काढण्यासाठी मी पोलिसांना सांगतो, म्हणजे त्याने स्वत:बद्दल जे काही आपल्याला सांगितलंय, ते खरं आहे नं, याची शहानिशा तरी होईल." डेन मला म्हणाला.

मधल्या काळात एंजलनं आपणहून काय काय माहिती गोळा केली होती,

त्याबद्दल आम्हाला सांगितलं. गावामधल्या शाळेत नाव घालण्यासाठी त्याला कायम वास्तव्याचा स्थानिक पत्ता देणं भाग होतं. शिवाय कोणी पालक वा कोणी कायदेशीर पालक– जे त्याच जिल्ह्यामध्ये रहिवासी होते, अशा एकाचा संदर्भ देणं अत्यावश्यक होतं.

त्या रात्री डेन बाहेरनं आल्यावरती त्यानं मला, हॅली आणि ॲमंडला स्वयंपाकघरातल्या टेबलापाशी एकत्र जमण्यास सांगितलं. ''मी आपल्या मॅनहेम गावाच्या पोलिसांशी बोललो आहे. डेव्हिड कार्पेंटर हे पोलीसअधिकारी लॅंकेस्टरच्या सार्जंट विल्सनशी फोनवर बोललेत. हा मुलगा आठ वर्षांचा असल्यापासून असाच एकटा राहतोय. सध्या त्याचं वय आहे सतरा. सार्जंट विल्सनना एकाच गोष्टीचं खूप कौतुक आहे, की एंजल इतक्या लहानपणापासनं कोणाच्याही आधाराशिवाय एकटाच जगतोय, पण इतर मुलांसारखा तो वाया गेलेला नाहीये.''

''बिच्चाऱ्याला फक्त शाळेत जाऊन शिकण्याची इच्छा आहे. मग आपण त्याला का नाही काही मदत करू शकत?'' हॅली हळूच बोलली.

पोलीसअधिकारी कार्पेंटरही एंजलवरती खूश झालेले होते. बऱ्याच दिवसांनी एकदा रात्री त्यांचा आम्हाला फोन आला. ''खरं सांगायचं तर पोलिसी खात्याच्या नियमानुसार कोणी पोलीसअधिकाऱ्यानं काम करताना कधीही वैयक्तिकरित्या भावनेत गुंतून घ्यायचं नसतं; पण क्वचित एखादा अपवादही होऊ शकतो नाही? माझ्या घरी एंजलला राहू देण्यासाठी पुरेशी जागा नाहीये, पण मी त्याचा कायदेशीर पालक होऊ इच्छितो'' ते म्हणाले.

गावामधल्या इतर रहिवाशांना हे सगळं पटवून देणं मात्र कठीण कर्म होतं. आम्हाला वरचेवर फोन येऊ लागले – बऱ्याचदा निनावीच असायचे, पण त्यावरनं एवढं नक्कीच लक्षात येत होतं, की एंजलनी कायम गावात राहणं, कोणाला मंजूर नव्हतं.

शाळेत प्रवेश देण्यासही नाखूश होते. कित्येक आठवडे लोटले, तरी या ना त्या कारणावरनं शाळेत त्याचं नाव नोंदवून घेत नव्हते. त्या मधल्या काळात एंजलला गावातल्या मॅकडोनल्डच्या दुकानात एक छोटीशी नोकरी मिळाली होती. सकाळचा नाश्ता आणि रात्रीचं जेवण तो आमच्या घरी करायचा. संध्याकाळच्या रिकाम्या वेळात घरातली सटरफटर कामं करायचा वा टीव्ही बघायचा.

हळूहळू थंडीचा जोर चांगलाच वाढू लागला, त्यामुळे एंजल झोपत असलेल्या खोलीत उबदार गरम हवेची सोय नसल्यानं पंचाईत झाली. आम्ही घरचे चौघं मिळून चर्चा करण्यास बसलो. एव्हाना आम्हा सर्वांनाच एंजल खूप आवडायला लागला होता, पण त्याला झोपण्यासाठी म्हणून घरात आतमध्ये प्रवेश देणं– जरा जास्तच वाटत होतं. नव्हे, बरंच मोठं धाडस करावं लागणार होतं.

"नाहीतर मग आपण अजून कोणत्या तऱ्हेनं त्याला मदत करू शकतो?" हॅलीनं विचारलं.

"थंडी किती वाढायला लागलीय आता", ॲमंडानी काळजीच्या सुरात बोलून दाखवलं. खरंच त्या दोघींच्या धाडसी वृत्तीचं कौतुक वाटलं आम्हाला. खऱ्या परिस्थितीची कल्पना नसणारी इतर मुलं-मुली शाळेत त्या दोघींना प्रश्न विचारून भंडावून सोडत असतील, याची मला खात्री होती. त्या मुलांच्या नजरेत एंजल केवळ एक 'शहरी' आणि हिस्पॅनिक मुलगा होता.

"तो जर आपल्या कुटुंबाचा घटक बनला, तर त्याला तशीच वागणूकही मिळायला हवी", मी म्हणाले, "त्याच्या वाट्याची कामं तर त्याला करावीच लागतील, शिवाय रात्री घरी परत येण्याची वेळही त्यानं पाळली पाहिजे. खूप प्रयत्न करून त्याला घरचे नियम पाळावे लागतील."

एंजलने आता कायम आमच्याकडे कुटुंबातल्या सदस्याप्रमाणे राहावं, यावर अखेर आमचं एकमत झालं. बाहेरच्या खोलीतल्या सोफ्यावर झोपण्याची परवानगी मिळाल्यावर स्वारी एकदम खूश झाली. "रात्री दहा वाजता घराचं दार बंद होतं. त्यानंतर आत प्रवेश मिळणार नाही. रोज त्याआधी तू घरी आलंच पाहिजेस." मी सक्त आवाजात ताकीद दिली.

"हो आई. कबूल आहेत सगळे नियम", तो म्हणाला. मला खरंच त्या मुलाचा लळा लागला होता. मी त्याला म्हणाले, "एंजल, आयुष्यात तुला आत्तापर्यंत खरंच खूप खस्ता खाव्या लागल्या आहेत, हालअपेष्टांतनं जावं लागलंय. कसं काय रे निभावून नेलंस स्वत:ला या सगळ्यामधनं?"

"देवच पाठीराखा होता माझा", तो म्हणाला. "मी सात वर्षांचा होतो, तेव्हापासनं 'टीन हॅवन' या युवाकेंद्रात मी जात असे. तिथे त्यांनी येशूबद्दल खूप काही सांगितलं होतं, मला हे माझं सुदैवच होतं. आता मी मोठा झाल्यावर, आजही माझी खात्री आहे की येशू माझ्या पाठीशी आहे. त्यानंच माझं रक्षण केलंय आणि तो मला सुरक्षित, आश्वासक हाती सोपवत आलाय. माझी काळजी घेतील, अशा लोकांपर्यंत मला पोचवत आलाय... म्हणजे... तुमच्यासारखी लोकं!"

सहा महिन्याच्या आमच्या अविरत प्रयत्नांनंतर अखेरीस एंजलला कायदेशीर पालक आणि कायम वास्तव्याचा पत्ता मिळाला. ज्या दिवशी एंजलचं नाव घालण्यासाठी पोलीसअधिकारी कार्पेंटर आणि डेन त्याला शाळेत घेऊन गेले, तेव्हा त्याचा उत्फुल्ल चेहरा बघण्यासारखा होता. त्याने अगदी ठेवणीतले कपडे घातले होते आणि ऐटीत हातात वह्या-पुस्तकं घेऊन तो शाळेत जाण्यास निघाला होता. नशिबाची लॉटरी लागल्यासारखा तो खूश झाला होता.

एक सर्वोत्तम यशप्राप्ती होती ती; परंतु त्याचे विपरीत परिणामही दिसू लागले

होते. मोजके, थोडे, फार जवळचे मित्र सोडल्यास आम्हा दोघांचं सामाजिक आयुष्य झपाट्याने कमी होऊ लागलं. माझा ब्युटीपार्लरचा व्यवसाय बसण्याच्या मार्गावर होता. रस्त्याने जातायेता भेटणारे लोक पूर्वीसारखं हसून अभिवादन न करता, आमच्याकडे दुर्लक्ष करून टाळू लागले. कधी कधी तर खूप वैताग आल्यामुळे डेन आणि माझ्यात खटके उडू लागले. माझी रात्रीची झोप कमी झाली. जागी राहून मी चकरा मारत राहायचे, रडत असायचे, तर कधी देवाला आळवायचे. अनेक रात्री मी अशा अवस्थेत काढल्या होत्या. एवढं सगळं सहन करून काही चांगलं निष्पन्न होणार होतं का? एंजलला निघून जा, म्हणून सुचवू का? काहीच कळेनासं झालं होतं.

एका रात्री तीव्र नैराश्य येऊन दु:खातिशयाने मी स्वयंपाकघराच्या फरशीवरच बसून ढसाढसा रडू लागले होते. "या सगळ्यावर काय उपाय आहे रे परमेश्वरा?" मी प्रश्न केला. "पूर्ण घरादाराच्या भल्यासाठी एंजललाच निघून जायला सांगणंच योग्य होईल, पण नाही नाही...तो तर आता तुझ्या स्वत:च्या मुलाइतका जवळचा झालाय – आणि किती कष्ट घेतोय बिचारा. काय करू मग मी?"

देवाला मदतीची हाक मी देणार, तेवढ्यात स्वयंपाकघराच्या समोरच्या भिंतीवर मला एक अस्पष्ट, पण चमकदार प्रकाश पडलेला दिसू लागला. हळूहळू वाढणाऱ्या या प्रखर प्रकाशात मला एक विलक्षण, अनामिक अशी ऊब जाणवली. कोणाच्या तरी अस्तित्वाचा भास झाला. माझ्या मते तो नक्कीच एखादा देवदूत असावा. त्यानं माझ्यासाठी हळुवारपणे, पण स्पष्ट शब्दात एक सल्ला दिला, "डेनी, त्याला राहू दे तुमच्याजवळच. सगळं ठीक होणार आहे."

त्या देदीप्यमान प्रकाशामुळे मला जेवढं आश्चर्य वाटलं होतं, त्यापेक्षा इतक्या अल्प काळात मला इतक्या अपूर्व शांततेचा कसा काय अनुभव येऊ लागला होता, त्याचंच जास्त नवल वाटलं. पुढे कितीही संकटं वाढून ठेवलेली असली तरी आम्ही जर देवावरची श्रद्धा ढळू दिली नाही, तर देवही आमचं रक्षण करेलच नक्की.

मी मान वर करून पाहिलं, तर परत स्वयंपाकघरात आधीसारखा अंधार पसरलेला होता आणि मी एकटीच तिथे तशी बसून राहिलेले होते.

या घटनेला आता तीन वर्षं उलटून गेली आहेत. शाळेमधल्या शिक्षकांना, मुलांना, कर्मचाऱ्यांना एंजलची खरी ओळख आता पटलेली आहे. शिक्षकांना त्याच्यात एक उत्सुक विद्यार्थी दिसला, तर खेळाच्या शिक्षकांच्या मते तो सर्वोत्तम खेळाडू ठरला. वर्गमित्रांना तो एक सच्चा मित्र वाटला. माझी निराशा, वैताग, संताप या भावनांची जागा आता प्रेमभावनेनी भरून टाकलीय. ज्या लोकांनी या मुलाची खरी पात्रता ओळखण्यात नकारात्मक दृष्टिकोन ठेवला होता, त्या लोकांच्या

प्रती माझ्या मनात नंतर प्रेमाची आणि समजूतदारपणाची भावना निर्माण झाली. आमच्याशी ज्यांनी त्या काळात संबंध तोडून टाकले होते, त्यांना क्षमा करून मी परत एकदा मैत्रीचा हात पुढे करतेय, हे पाहिल्यावर त्यांनीही मनापासनं तशी तयारी दर्शवली. जे लोक एंजलपासनं जरा जपूनच राहायचे, फटकारून वागायचे; तेच लोक नंतर त्याला मदत करू लागले. कपडे, बूट, चपला, चष्मा खरेदीसाठी आपणहून त्याला आर्थिक साहाय्य करू लागले. गावातल्याच एका वखारीच्या मालकाकडनं त्याला अर्ध्या वेळची नोकरीही देऊ केली गेली.

शाळेत अभ्यासात मागे पडू नये, म्हणून एंजलनं इतके परिश्रम घेतले, की त्याला परीक्षेत उत्तम गुण मिळाले. अठरा वर्षांचा होईपर्यंत तो शाळेच्या संघाकडनं खेळत होता आणि त्यानंतर संघाचा व्यवस्थापक म्हणून काम करू लागला. चष्म्याचा नंबर बराच जास्त असल्यामुळे नौदलात भरती होण्याची त्याची इच्छा अपुरी राहणार, असं कळल्यावर त्यानं पुढे कॉलेजशिक्षण घेण्यावर लक्ष केंद्रित केलं. जलचर प्राण्याचं जीवशास्त्र शिकण्याबद्दलचा त्याचा मनसुबा तो बोलून दाखवत असतो.

बायबलमध्ये असं लिहिलंय, की काही लोक, ''त्यांच्या नकळत एखाद्या देवदूतालाच (इंग्रजी भाषेत एंजल शब्दाचा अर्थ 'देवदूत' असा असतो) जवळ करतात.'' आम्ही खूपच नशीबवान आहोत. आम्हाला तर सुरुवातीपासूनच ही जाणीव झाली होती. ज्या दिवशी एंजलने त्याचे कपडे आमच्या परसदारातल्या झाडावरच्या घरात ठेवले, त्या दिवसाबद्दल मी देवाची खूप आभारी आहे आणि स्वयंपाकघरात रात्री दिसलेल्या देवदूताने दिलेला सल्ला – मी एंजलला आमच्या घरीच राहू द्यावं. त्या सल्ल्यासाठीदेखील मी परमेश्वराचे अनंत उपकार मानते. मी सदैव त्यांची ऋणी आहे.

डेनिस ब्रुमबाख
प्रेषित - मेरी शेलेंजर
Angel In our Backyard

थेल्मा

'विनोदबुद्धी असणं, हे मानवजातीला मिळालेलं सर्वात उच्च वरदान आहे.'

मार्क ट्वेन

वयाच्या सत्तरीतदेखील थेल्मा एक अतिशय आनंदी आणि उल्हसित वृत्तीची स्त्री होती आणि ती पूर्णत्वानं आयुष्य जगत होती. तिच्या पतीचं निधन झाल्यावर मुलांनी सुचवलं, की तिनं ज्येष्ठ नागरिकांच्या वसाहतीत जाऊन तिथे पुढचं आयुष्य व्यतीत करावं. सर्वांच्या बरोबर राहणं मनापासनं पसंत करणाऱ्या आणि आयुष्यावर प्रेम करणाऱ्या थेल्मानं तसंच करण्याचा निर्णय घेतला.

तिकडे त्या वसाहतीमध्ये राहायला गेल्यावर थेल्मा स्वत:हूनच तिथे चालू असणाऱ्या वेगवेगळ्या उपक्रमांची संचालिका बनली. वसाहतीमध्ये राहणाऱ्या सर्वांसाठी अनेक गोष्टींचं आयोजन करू लागली. थोड्याच दिवसात तिचं नाव सर्वत्र झालं आणि तिला नवी मित्रमंडळीही मिळाली.

थेल्माच्या ऐंशीव्या वाढदिवशी, नव्याने झालेल्या मित्रमंडळींनी, तिच्याप्रती असलेल्या मायेपोटी, एका जंगी पार्टीचं आयोजन करून तिला आश्चर्याचा सुखद धक्का दिला. जेवायच्या खोलीत तिनं प्रवेश करताक्षणी सर्वांनी उभं राहून तिला अभिवादन केलं आणि एका आयोजकानं तिला हाताला धरून मानानं टेबलाजवळच्या मुख्य खुर्चीवर बसवलं. हास्यविनोदाने त्या रात्रीचं वातावरण भारावल्यासारखं झालं होतं. टेबलाच्या दुसऱ्या टोकाला बसलेल्या एका सद्गृहस्थांकडे थेल्मा सारा वेळ एकटक बघत राहिली होती.

सगळा समारंभ आनंदात पार पडल्यानंतर थेल्मा खुर्चीवरनं उठून सरळ त्या सद्गृहस्थांसमोर जाऊन उभी राहिली. "मला माफ करा हं. आज मी तुमच्याकडे सतत टक लावून बघत होते, त्यामुळे कदाचित तुम्हाला कसंतरीच वाटलं असेल. तुम्ही कानकोंडे झाला असाल नं, त्याबद्दल मी क्षमा मागते तुमची, पण मी तरी

काय करू – मला तर केवळ तुमच्याकडेच बघत राहावंसं वाटत होतं. तुम्हाला एक सांगू का– तुम्ही किनई माझ्या पाच नंबरच्या पतीसारखे आहात दिसायला! अगदी शंभर टक्के!'' थेल्मा एका दमात म्हणाली.

''तुमचा पाचवा पती!'' ते सद्‌गृहस्थ चकित होऊन म्हणाले. ''माझ्या भोचकपणाबद्दल मी दिलगीर आहे, पण एकूण किती लग्नं झालीयेत तुमची?''

त्यांनी असं विचारल्यावर थेल्माच्या चेहऱ्यावर हसू उमटलं आणि तिनं उत्तर दिलं, ''चार.''

त्यानंतर काही दिवसांतच त्या दोघांनी विवाह केला.

शॅरी स्मिथ
Thelma

बालकाच्या नजरेत

मोठी सुट्टी संपल्यावर एका शिक्षिकेनं तिच्या छोट्या छोट्या विद्यार्थ्यांना विचारलं, की त्यांनी सुट्टीत काय केलं, कुठे गेले होते इ. इ. एका लहानग्या मुलानं पुढील उत्तर दिलं–

'आम्ही नेहमी नाताळची सुट्टी आजी-आजोबांबरोबर घालवायचो. विटांनी बांधलेल्या एका मोठ्या घरात ते राहायचे, पण आजोबा म्हातारे झाल्यामुळे त्यांच्या हालचाली खूप मंद झाल्या आणि ते दोघं आता फ्लॉरिडा राज्यात राहायला गेले आहेत. तिथे ते सगळे मिळून (खूप म्हातारी लोकं) एका बागेत राहतात. बागेमध्ये त्यांच्यासाठी पत्र्याच्या झोपड्या बांधल्या आहेत आणि ते तीनचाकी सायकली चालवतात, पण माझ्यासाठी त्या खूप मोठ्या आहेत.

ते सगळे जवळच्या एका इमारतीमधल्या मोठ्या दिवाणखान्यात एकत्र जमतात. ती जागा अगदी पडायला आली असली, तरी आता जरा दुरुस्त केली आहे. सगळे आजोबा लोक तिथल्या फरशांवर काठीने चेकर्सचा खेळ खेळतात. जवळच एक पोहायचा तलावही आहे, पण मला वाटतं, कोणीच त्यांना पोहायला शिकवत नसावं. ते सगळे टोप्या घालून नुसते पाण्यात उभे राहतात.

पूर्वी आजी माझ्यासाठी किती छान छान चविष्ट खाऊ, बिस्किटं बनवायची; पण आता तिथे तर कोणी स्वयंपाकही करत नाही. ते सगळे बाहेरच– उपाहारगृहात– जातात आणि काहीतरी अरबट-चरबट खातात. ते त्यांना स्वस्त, सवलतीत मिळतं. तुम्ही त्या बागेत आलात, तर बाहुलीचं एक मोठ्ठं घर दिसेल. त्यात एक माणूस सारखा बसलेला दिसतो. तो तिथे बसून सर्वांवर लक्ष ठेवून असतो, त्यामुळे त्याची नजर चुकवून कोणीदेखील बाहेर जात नाही. ते कोण आहेत, हे त्यांना स्वत:लादेखील आठवत नाही, कारण त्यांच्या नावाचा बिल्ला प्रत्येकाच्या छातीवर अडकवलेला असतो.

आजी म्हणते की आजोबांनी आयुष्यभर खूप कष्ट केले आहेत नं, म्हणून बक्षीस म्हणून त्यांना आता अशा ठिकाणी राहायला मिळतंय.

त्यांनी परत त्यांच्या जुन्या घरी यावं, असं मला खूप वाटतंय; पण त्या बाहुलीच्या घरात बसलेला तो माणूस त्यांना तिथनं बाहेरच पडू देणार नाही नं!'

अज्ञात

Through the eyes of a child

जीव वाचवण्यासाठी

'आपण कधीच असाहाय्य किंवा दुबळे नसतो, ह्या विचाराची मनाला चांगली खूणगाठ बांधून ठेवणं उत्तम! कारण माणसाला काही ना काही कृती करणं हे सदैव शक्य असतं.'

कार्ला गोरेल

दुसरं महायुद्ध संपल्यानंतरचा १९४० च्या दशकाच्या अखेरीचा काळ होता तो. अत्यंत कठीण काळ! हंगेरीमधनं न्यूयॉर्कला येऊन पूर्वी स्थायिक झालेल्या एका कुटुंबातले सदस्य, तिकडे हंगेरीमध्ये मागे राहिलेल्या त्यांच्या नातेवाइकांशी संपर्क साधण्याचा प्रयत्न करत होते. त्या काळी संपर्कसाधनं फारच दुर्मीळ होती. टपालखात्याचा काहीच भरवसा नसायचा. प्रत्येक व्यक्तीच्या माहितीची नोंद केलेली कागदपत्रं गहाळ होऊन गेलेली असायची. अमेरिकेवरून पाठवलेलं पत्र युरोपला पोचण्यात कित्येक आठवडे तर कधी कित्येक महिने लागायचे आणि तेवढाच काळ परत तिकडून उत्तर येण्यात जायचे. खात्रीशीर माहिती काढणं अशक्य नसलं, तरी मुळातच ते काम कठीण असायचं.

हंगेरीत अडकलेले नातेवाईक तोपर्यंत जिवंत तरी होते की नाही, याची त्या कुटुंबाला खात्री नव्हती. महायुद्धात ते सगळे बचावले असतील का? कुठे राहत होते ते? कठीणच होतं सगळं कळणं! काही काळानंतर हंगेरीमधल्या बुडापेस्ट शहराच्या जवळच्या गावातनं, लॅझलो काकांचं हंगेरियन भाषेत लिहिलेलं एक पत्र आलं. हो की, म्हणजे त्यांच्यापैकी एखादी व्यक्ती तरी वाचली होती तर! दुःखातिशयाने पत्रातला मजकूर अर्धवटच सोडलेला दिसत होता; पण त्या पत्रावरनं एवढा तरी बोध होत होता, की ते सगळे अर्धपोटी आणि आजारी अवस्थेत तिकडे दिवस कंठत होते. खाद्यपदार्थ आणि इतर जीवनावश्यक गोष्टींचा प्रचंड तुटवडा पडलेला होता. काळाबाजार तेजीत चालू होता. चलनफुगवटा निर्माण झाला होता. पैशाला अजिबात किंमतच राहिली नव्हती. रोजची भ्रांत करण्यातच त्यांची शक्ती आणि बुद्धी दोन्ही खर्च होत होत्या.

तिकडे होत असलेली खाण्यापिण्याची आबाळ, सर्वत्र झालेला नाश यांबद्दल सर्व समजलं. त्या चुरगळलेल्या, पातळ कागदावर लिहिलेल्या पत्राची अनेक पारायणं केल्यावर जेव्हा ते सर्व या न्यूयॉर्कमधल्या कुटुंबीयांना समजलं, तेव्हा ते हादरूनच गेले. घरातली वयस्कर मंडळी कमीतकमी हंगेरयन लिपी वाचू शकत होते, त्यामुळे त्या पत्राचं इंग्रजीतनं भाषांतर करून अमेरिकेतच जन्म घेतलेल्या नव्या पिढीला ते समजावून सांगू तरी शकले. एखाद्या वाक्याचा, म्हणीचा बरोबर अर्थ कोणता, यावरनं त्यांच्यात वादावादीही झाली होती. परंतु आता दूर राहूनही आपल्या लोकांना काहीतरी मदत करणं शक्य होईल, अशी खात्री त्यांना वाटू लागली.

जगण्यास आवश्यक अशा गोष्टी आपले काका-काकू, आत्या, मामा-मावशी, चुलत, आते मामे भावंडं या सर्वांना पार्सलनं पाठवायच्याच, असा त्या सर्वांनी मिळून संकल्प केला. कोणत्या वस्तूंची त्यांना खरी निकड भासत असेल, काय आवडेल; याची ते कल्पना करू लागले; परंतु स्वत: युद्धाचा अनुभव न घेतल्याने काय पाठवावं, याची यादी करणं त्यांना त्रासदायक होऊ लागलं. मटणाचे, भाज्यांचे हवाबंद डबे, चॉकलेट्स तर पाठवायचीच; पण जोडीला टॉयलेट पेपर, बँडेजेस अशाही वस्तूंचा यादीत समावेश झालाच. असं करता करता सामान भरून अनेक खोकी तयार झाली. विविध वस्तूंनी ती अगदी वरपर्यंत गच्च भरली होती. खोक्यात सामानाच्या अधेमधे जागा दिसली, की खुपसता येतील इतक्या सटरफटर वस्तू त्यांनी भरल्या. उदाहरणार्थ : हातरुमाल, लिहिण्यासाठी कागद, पेन्सिली, कँडी (चघळण्याच्या गोड गोळ्या) इ. इ. सरतेशेवटी सगळी खोकी नीट बंद करून, बांधून, नंतर जाड पुठ्ठ्यात गुंडाळून परत वर घट्ट दोर बांधून दूरच्या, अनिश्चित, दीर्घकाळाच्या समुद्रप्रवासासाठी सिद्ध झाली. पोस्टऑफिसमध्ये ती पोचवल्यावर पुढचा प्रवास सुरू झाला.

त्यानंतर अनेक महिने उलटून गेले; पण न्यूयॉर्कवासीयांना काहीच खबरबात मिळाली नव्हती, की पोच आली नव्हती. त्यांना शंका येऊ लागली, की वाटेत ती खोकी गहाळ झाली असावीत किंवा चोरीला गेली असावीत. का युद्धसमाप्तीनंतर युरोपमधल्या अस्थिर वातावरणात सापडून त्या लोकांचं काही बरंवाईट झालं होतं? युद्धातून सुखरूपपणे जिवंत सुटणं; पण नंतरच्या युद्धपरिणामांमुळे जखमी होणं, मरून जाणं हा केवढा मोठा विराधाभास ठरला असता! त्या कुटुंबीयांची चिंता वाढू लागली. रोज रात्री जेवणासाठी एकत्र बसल्यावर युरोपमधले त्यांचे नातलग आणि त्यांच्यासाठी पाठवलेलं सामान यावरच सगळे परत परत चर्चा करायचे.

थँक्सगिव्हिंग समारंभाच्या मेजवानीच्या प्रसंगी घरातले एक काका आरोप करण्याच्या सुरात म्हणाले, “त्या खोक्यात पोस्टाच्या तिकिटांसाठी पैसे टाकायला

हवे होते तुम्ही. सामान मिळाल्याचं कळवणंदेखील परवडत नसावं त्यांना!'' त्यांच्या अशा प्रकारच्या भाष्यावर सगळ्यांनी त्यांच्याकडे रागानेच बघितलं. ''ठीक आहे, तुम्हाला काय वाटतंय, याची मला पर्वा नाहीये; पण मी मात्र त्यांना पोस्टाची तिकिटे विकत घेण्यासाठी पैसे पाठवणारच.''

''मग त्यापेक्षा त्या सगळ्यांना इकडे येण्यासाठी प्रवासखर्चाचेच पूर्ण पैसे पाठवा की!'' कोणीतरी त्यांना टोमणा मारला.

''मोठा आलाय असं म्हणणारा!'' ते उत्तरले. ''माझ्याजवळ पैसा नसताना एवढा खर्च करा, असं सांगायला तुझं काय जातंय रे? हो नं? माझं ऐका, कायमचं परदेशगमन (इमिग्रेशन) करणाऱ्यांसाठी काही एक ठरावीक आकडा असतो. अमेरिकेला येणं म्हणजे सोपं नाहीये बरं का – तुमच्याकडे पैसा असो वा नसो.''

''कदाचित त्यांच्या आवश्यकतेनुसार नसतील आपण पाठवलेल्या वस्तू,'' घरातलं एकजण बोललं. अशा प्रकारे सर्व बाजूंनी चर्चा होत राहिली. चर्चेचा विषय महत्त्वाचा नव्हता. प्रत्येकजण स्वत:च्या मनामधली काळजी, चिंता, असाहाय्यतेची भावना परत परत बोलून दाखवत होता. खरोखर कशी काय मदत ते करू शकणार होते?

त्यांच्या नातलगांकडून काहीही बातमी न मिळणं हे फार क्लेशदायी होत होतं आणि विशेषत: तेव्हा सिनेमागृहात दाखवल्या जाणाऱ्या समाचारचित्रांद्वारे (त्या काळी टीव्ही फार कमी ठिकाणी असायचा) त्यांना युरोपमधली भयानक दृश्यं बघायला मिळायची. अगदी खंगलेले, अर्धपोटी लोक खडबडीत रस्त्यांवरून चालायचे, बॉम्बस्फोटाने वाटेत रस्त्यावर पडलेली विवरं चुकवत चालत असणाऱ्या लोकांची हृदयद्रावक दृश्यं, तर कधी डोक्यातल्या उवा मारण्यासाठी औषधी फवारा मारून घेण्याकरता लांबवर रांगा लावलेले त्रस्त लोक दिसायचे. वर्तमानपत्रातल्या बातम्या त्यांची काळजी अजूनच वाढवायच्या. महायुद्धाने बेचिराख झालेल्या देशांची परत उभारणी करण्यासाठी अतिशय मोठ्या योजनेची आवश्यकता असल्याची विधानं छापून यायची. भूकबळीच्या अनेक कहाण्या कानावर पडायच्या. अनेक वर्षांनंतर आलेला तीव्र हिवाळा; त्यातनं अन्नधान्य, पेट्रोल, रॉकेलची टंचाई अशा बातम्यांमुळे ते कुटुंब तर खूपच दु:खीकष्टी होऊन गेलं होतं.

आर्थिक परिस्थिती खूप उच्च स्तराची नसूनही, जवळजवळ दर आठवड्याला सामान भरभरून खोक्यांची पार्सलं ते हंगेरीत पाठवतच राहिले. त्यांच्या नातलगांपर्यंत ती पोचत तरी होती की नव्हती, याचीही खात्री नव्हती त्यांना. एवढं करून एकाही वस्तूची पोच आलेली नव्हती. त्यामुळे खूप तणावपूर्ण परिस्थिती निर्माण झाली होती.

अखेर एक दिवशी लॅझलो काकांचं एक पत्र आलं. अतिशय चुरगळलेलं,

दुमडून गेलेलं, कोपरे फाटलेलं अशा अवस्थेच्या त्या पत्रातला मजकूर तरी सुदैवाने वाचता येऊ शकत होता.

'माझ्या लाडक्या भावास' असा मायना लिहून पत्रं सुरू करण्याची लॅझलो काकांची ती खास शैली होती. 'तुम्ही पाठवलेली तीन पार्सलं आम्हाला मिळाली आहेत.

'तुमच्या या सत्कृत्यामुळे आम्ही सदैव तुमचे ऋणी राहू. किती योग्य वेळी त्या वस्तू आमच्या हातात पडल्या होत्या, याची तुम्हाला कल्पनाही येऊ शकणार नाही. इथे अन्नतुटवडा एवढा वाढलाय की काय सांगू! त्यातून ॲना सतत तापाने फणफणलेली असायची. खायचे पदार्थ मिळाल्यावर आम्हाला स्वर्गप्राप्तीचा आनंद झाला होता. तुम्ही पाठवलेल्या वस्तूंमधनं काही आम्ही चक्क काळ्या बाजारात विकल्या आणि त्यातनं घरभाड्याचे पैसे जमा केले होते, हे मला तुमच्याजवळ मोकळेपणानं कबूल करणं भागच आहे.' खोक्यांमधल्या प्रत्येक लहान-सहान गोष्टींचा उल्लेख पत्रात केलेला होता आणि त्या कशा वापरल्या, हेही कळवलं होतं. पत्रातला गूढ भाग त्यापुढे खरा सुरू झाला.

'तुम्ही पाठवलेल्या औषधांबद्दल कितीही आभार मानले, तरी ते अपुरेच वाटतील. इथे एखादं औषधही मिळण्याची मारामार झालीय किंवा मिळालंच तर इतकं निकृष्ट दर्जाचं असतं की त्याचा काही उपयोगच होत नाही. आपला एक भाऊ गेशर गेल्या कित्येक वर्षांपासनं वेदना सहन करत होता, पण तुम्ही पाठवलेलं औषध छानच लागू पडलंय त्याला! पूर्वी तो काठीच्या आधारानेच चालू शकायचा. त्याचे दोन्ही गुडघे खूप सुजलेले असायचे. त्या औषधामुळे तो आता जवळजवळ पूर्णपणे बरा होत आलाय. माझी पाठदुखी, तसंच लिझाबेटाची डोकेदुखीही त्यामुळे गायब झालीय!

'अमेरिका हा देश खूप महान आहे आणि तिथलं विज्ञानही खूप प्रगत आहे. त्या औषधाच्या जास्त गोळ्या पाठवल्यात, तर फार बरं होईल. कारण एव्हाना साठा संपतच आलाय.

'परत एकदा तुम्हा सर्वांचे त्रिवार आभार मानतो. आम्ही सगळे तुम्हा सर्व लोकांवर खूप प्रेम करतो आणि कधीतरी आपली भेट घडो, अशी देवाजवळ प्रार्थना करतो.'

त्या कुटुंबातल्या प्रत्येकानं लॅझलो काकांच्या पत्राची असंख्य पारायणं केली. कोणतं औषध पाठवलं होतं आपण? ते आठवण्यासाठी त्यांनी जंग-जंग पछाडलं, पण शेवटी लाजेखातर त्यांना एकमेकांजवळ कबूल करावंच लागलं, की त्यांनी पाठवलेल्या वस्तूंमध्ये एकाही औषधाचा समावेश त्यांनी केला नव्हता. मग लॅझलो काका कोणत्या औषधाबद्दल म्हणत होते बरं? का नजरचुकीनं एखादं कोणतं तरी

औषध सामानातनं तिकडे पाठवलं गेलं होतं? आणि समजा ठेवलं असेल, तर ते होतं तरी कोणतं? कसंही करून त्या औषधाचा जास्तीचा साठा त्यांच्याकडे पाठवणं तर भागच होतं, पण ते गूढ काही केल्या उकलेना. तातडीची गरज भासणाऱ्या त्या औषधाचं नाव कळवण्यासाठी ताबडतोब लॅझलो काकांना पत्र टाकलं गेलं. पत्राचं पाकीट पोस्टात घेऊन जाऊन तिथल्या कारकुनाला विचारलं की लवकरात लवकर पोचेल, अशी काही खास डाकसेवा होती का? त्या काळी विमानानं पत्र पाठवण्याची एकच जलद सेवा उपलब्ध होती. तसं पत्र पाठवताना त्याच्याबरोबर परतीच्या पत्रावर लावण्यासाठी लागणाऱ्या तिकिटांचे पैसेही आधीच भरता येण्याची सोय होती आणि त्यानुसारच त्या कुटुंबाने केलं.

परत एकदा त्या सर्वांची दीर्घ प्रतीक्षा सुरू झाली. पाठवलेलं सामान त्यांच्यापर्यंत नीट पोचत होतं, हे कळल्यामुळे मोठाच दिलासा मिळाला होता; परंतु त्या 'अनोळखी औषधाचं गूढ' मात्र तसंच राहिलं होतं. दोन महिन्यानंतर त्यांच्याकडनं एक पत्र आलं.

माझ्या प्रिय भावास,' लॅझलो काकांनी नेहमीसारखी पत्राची सुरुवात करून लिहिलं होतं 'परत एकदा तुम्ही पत्र पाठवलंत, त्याबद्दल मनापासनं आभार. पहिली तीन पार्सलं मिळाल्यानंतर आता अजून दोन पार्सलं येऊन पोचली आहेत आणि पाठोपाठ तुमचं हे पत्रंही मिळालंय. या वेळी परत तुम्ही ते गुणकारी औषध पाठवलेलं आहे; पण किती प्रमाणात घ्यावं लागेल, अशी काही सूचना त्याच्यावर छापलेली नाहीये. पण अंदाजाने घेऊ शकू आम्ही आणि इंग्रजीतनं छापलेलं हंगेरियन भाषेत भाषांतर करून ते समजून घेणं, हे आमच्यासाठी फारच जिकिरीचं काम असतं. आम्हा सर्वांमधनं छोटा सँडोर हा एकटाच शाळेमध्ये इंग्रजी भाषा शिकला आहे. त्या औषधावर 'जीवरक्षक' (लाईफ सेव्हर्स)' असं काहीतरी लिहिलंय, एवढंच समजलंय. कृपा करून हेच औषध अजून जास्त प्रमाणात पाठवू शकाल का? सदैव तुमच्यावर माया करणारा लॅझलो.'

आतापर्यंत अनेक खोक्यांमध्ये जिथे जिथे रिकामी जागा सापडली होती, तिथे तिथे खुपसून पाठवलेल्या त्या अमेरिकन कँडीच्या (चघळायच्या गोळ्या) पट्ट्या होत्या त्या. त्या कँडीज अमेरिकेत 'लाईफ सेव्हर्स' या नावाने ओळखल्या जायच्या. भाषांतर केल्यामुळेच का होईना, पण त्या सुप्रसिद्ध अमेरिकन कँडी जीवनात आशा जागवणारा एक स्रोतच ठरल्या होत्या.

हॅनॉक मॅकार्टी
To save a Life

श्रीमंतीचं खरं लक्षण

'नित्यनेमानं, ठामपणे आणि जाणीवूपर्वक स्वत: कोण आहोत; याचा आपण विचार करत असतो आणि त्या विचारांनुसारच प्रत्यक्षात तसंच घडत जातो.'

ॲन लँडर्स

मिनिसोटामध्ये मी लहानाचा मोठा होत होतो, त्या काळी कलिंगड म्हणजे मला अगदी मिष्टान्नच वाटायचं. माझ्या वडिलांचे मित्र श्री. बर्नी हे फळभाज्या विक्रीचे एक श्रीमंत ठोक व्यापारी होते. जवळच्या सेंट पॉल या शहरामध्ये त्यांचं मोठ्ठं कोठार होतं.

दर वर्षी उन्हाळ्यात कलिंगडांची पहिली आवक व्हायची तेव्हा बर्नी काकांचा बाबांना फोन यायचा. मग बाबा आणि मी मिळून त्यांच्या कोठारावर जायचो आणि तिथल्या कठड्याच्या कडेला बसून, पाय खाली लोंबकळवत ठेवून, पुढे वाकून अंगावरती रस सांडणार नाही, अशी काळजी घेत तयार राहायचो.

बर्नी काका तिथे येऊन मोसमामधलं पहिलंवहिलं कलिंगड हातात घेऊन मोठ्या सुरीने चिरायचे आणि एकेक भली मोठी फाक आमच्या दोघांच्या हातावर ठेवायचे. स्वत: आमच्या शेजारी बसून तेही एक फोड हातात घ्यायचे आणि नंतर मग आम्ही तिघं फोडीमध्ये तोंड खुपसून सगळ्यात लालभडक, करकरीत, बिनबियांचा भागच मटामटा खाऊन उरलेली पांढरी फाक फेकून द्यायचो.

माझ्या वडिलांच्या दृष्टीनं बर्नी म्हणजे श्रीमंत माणसाचं मूर्तिमंत उदाहरण होतं. मला वाटायचं, की ते यशस्वी उद्योजक होते, म्हणूनच बाबांना तसं वाटत असावं. अनेक वर्षांनंतर मला उमजलं, की बाबांना बर्नीच्या श्रीमंतीच्या संपत्तीपेक्षा त्या ऐश्वर्याचा उपभोग घेण्याच्या त्यांच्या पद्धतीचं खूप अप्रूप वाटायचं. कामाच्या व्यापातनं कसा रिकामा वेळ काढावा, मित्राबरोबर बसून एकत्रितपणे कलिंगडाच्या गाभ्यातला सर्वात रसदार भाग कसा मटकावावा, ह्याची योग्य जाण बर्नीकाकांना होती.

श्रीमंत असणं ही मानसिक अवस्था असते, हे मी बर्नीकडनं शिकलो. आपल्यापैकी काहीजण गडगंज श्रीमंत असले, तरी कलिंगडाचा असली स्वाद घेण्यासाठी त्यांच्याकडे कधीही निवांत वेळ नसतो. पुढे जाऊन भविष्यात भरपूर पैसा हाती खेळणारेय, एवढीच त्यांची श्रीमंतीची कल्पना असते.

कठड्यावरनं पाय लोंबकळत ठेवून आयुष्यातला आनंद लुटण्यासाठी जर आपण वेळ काढला नाही, तर खुशाल समजावं, की पैशाची हावच तुमच्या पूर्ण जीवनावर कब्जा करू पाहतेय.

लहानपणी कठड्यावर बसून शिकलेल्या त्या धड्याचं नंतरच्या काळात बरीच वर्षं मला विस्मरण झालं होतं. जमेल तितका जास्तीत जास्त पैसा कमावण्यातच मी व्यग्र राहू लागलो होतो.

पण चला, उशिरा का होईना, मी तो धडा आता मात्र अंमलात आणलाय.

दुसऱ्यांच्या यशामध्ये आनंद मानण्यासाठी, रोजच्या आयुष्यातल्या लहानसहान गोष्टींतही आनंद शोधण्यासाठी माझ्याजवळ वेळ शिल्लक राहिलेला असावा, अशी आशा वाटतेय, हाच तर कलिंगडाचा खरा गाभा होय. आजूबाजूच्या इतर नाहक गोष्टींचा त्याग करायला मी परत एकदा नव्याने शिकलोय.

उशिरा का होईना, पण खऱ्या अर्थाने मी श्रीमंत झालोच शेवटी – हो नं?

हार्वे मॅके
How to Tell when you're Rich

चक

'या आपल्या पृथ्वीतलावरदेखील स्वर्गानुभवाची कमतरता नसते.'

एलिझाबेथ बॅरेट ब्राऊनिंग

किराणामालाची खरेदी करण्याचा मला फार कंटाळा येतो. शर्यतीत धावणाऱ्या एखाद्या खेळाडूसारखी, दुकानामधल्या प्रत्येक विभागातून अक्षरश: धावत धावतच पटापट खरेदीचं काम मी संपवून टाकत असते. नाताळच्या सुट्टीच्या भाऊगर्दीत तर खरेदी संपवून, मी एका कुशल कर्मचाऱ्याला गाठून, बिल भरून दुकानातल्या गजबजाटातनं माझी लवकरात लवकर सुटका करून घेण्यात धन्यता मानते. म्हणजे माझ्याबद्दल गैरसमज नका हं करून घेऊ – नाताळची इतर खरेदी करण्यात मला खूप मजा वाटते, पण किराणामालाची खरेदी म्हणजे नुसता वैताग वाटतो मला!

एकदा अशीच खरेदी करून मी पैसे देण्याच्या रांगेत उभी होते आणि लक्षात आलं, की मी 'चुकीची रांग' निवडली होती; कारण माझ्यापुढे दहाजण ढीगभर सामान घेऊन रांगेत होते. आजूबाजूच्या रांगा भरभर पुढे सरकत होत्या, पण आमची रांग थांबूनच राहिलेली बघून माझा पारा चढला. ''काय झालंय पुढे, काय अडचण आहे? या रांगेलाच का एवढा उशीर लागतोय?'' रांगेतल्या लोकांच्या अशा प्रकारच्या फैरी झडू लागल्या होत्या.

मी जरा मान उंच करून टेहळणी केली आणि मला समजलं, की इतका वेळ लागण्यासाठी एक व्यक्ती जबाबदार होती आणि ती म्हणजे गिऱ्हाइकांचं सामान पिशव्यांत भरून त्यांना देणारा चक! सामान काळजीपूर्वक पिशवीत टाकत असताना तो प्रत्येक वस्तू, प्रत्येक जिन्नसाबरोबर चक्क बोलत होता. ''अरे व्वा! केकचं तयार मिश्रण! तू तर कोणा खास लोकांसाठी नाताळचं पक्वान्न बनणार आहेस तर! काय म्हणतंय दलियाचं पाकीट – घरातल्या मुलामुलींना धष्टपुष्ट करण्यात हातभार

लावणारेस वाटतं!'' इ.इ. पिशवीत सगळ्या वस्तू भरून झाल्यावर त्या गिऱ्हाइकाला तो म्हणत होता, ''तुमच्या घरच्यांचे खूप लाडके असणार तुम्ही, याची मला खात्री आहे, कारण तुम्ही सर्वांसाठी किती काळजीपूर्वक खरेदी केलीय. नाताळच्या हार्दिक शुभेच्छा!'' गप्प बसून मी माझा नंबर लागण्याची वाट बघू लागले.

चकनं माझं सामान पिशवीत भरून जी जड पिशवी माझ्या गाडीपर्यंत आणून दिली. मी त्या कामाकरता त्याला दोन डॉलर्सची बक्षिसी दिली. एकदा त्या दोन डॉलरच्या नोटेकडे त्यानं नजर टाकली आणि एकदा माझ्याकडे बघितलं. त्याच्या चेहऱ्यावर आनंद ओसंडू लागला आणि हवेत उंच उडी मारून तो बेंबीच्या देठापासनं ओरडला, ''अरे माझ्याकडे बघा, माझ्याकडे! कोणाला तरी वाटतंय, की माझी किंमत दोन डॉलरएवढी आहे.'' असं म्हणत म्हणत तो नाचतच दुकानाच्या दिशेनं निघूनही गेला.

नंतर परत एकदा मी त्याच दुकानात गेले होते, तेव्हा तिथली एक कर्मचारी मला म्हणाली की, त्या दिवशी घडलेली ती घटना तिनं प्रत्यक्ष बघितली होती. ती पुढे सांगू लागली, ''चकला बक्षिसी दिलीत, याबद्दल मी तुमचे आभार मानते. आम्हाला माहिती आहे की चक किती चांगला मुलगा आहे; पण त्याहीपेक्षा चकसाठी जास्त महत्त्वाची गोष्ट अशी, की त्याला आता उमजलंय, की त्यालाही जगात काही किंमत आहे.''

मी म्हणाले, ''नाही, नाही. मला नाताळचा खरा अर्थ समजावून आणि त्या अर्थाची आठवण करून देऊन त्यानं मला जी अनमोल शिकवण दिली आहे, त्यामुळे उलट त्यानंच माझ्यावर केवढे उपकार केले आहेत. त्याबद्दल मलाच मनापासनं त्याचे आभार मानायचे आहेत.''

पेटी पार्कर
Chuck

बेकीला केलेला फोन

“मी तुमची काही मदत करू शकतो का?” मातीची भांडी विकणाऱ्या दुकानातल्या टेबलामागे बसलेल्या माणसानं मला विचारलं. त्याचं बोलणं मी ऐकलंच नाही. त्याच्या शेजारच्या स्टुलावरती बसलेल्या एका अतिशय आकर्षक तरुण मुलीकडे अनिमिष नेत्रांनी एकटक बघत मी उभा होतो. तिचे कुरळे कुरळे भुऱ्या रंगाचे केस, गोबरे गुलाबी गाल आणि मांजराच्या डोळ्यांसारखे चकाकदार हिरवे डोळे – सगळं कसं खूप ओळखीचं वाटत होतं. एके काळी तशाच डोळ्यांनी एका शाळकरी मुलाचं हृदय काबीज केलं होतं.

उत्तर कॅरोलिना राज्यातल्या डोंगराळ भागात आमची एक दगडी भिंतींनी बनलेली खानावळ होती. १९७३ च्या उन्हाळ्याच्या दिवसात खानावळीमध्ये वाढपी (वेट्रेस) म्हणून बेकी नोकरीवर लागली होती. जून महिन्याच्या एका सकाळी ती खानावळीच्या भटारखान्याच्या दरवाजातनं आत शिरली होती. मी तिथे जवळच न्याहारी करत बसलो होतो. पहिल्या नजरेतच मी तिच्या प्रेमात पडलो होतो.

बेकी होती षोडशवर्षीय तरुणी आणि मी अकरा वर्षांचा. ती खूपच मोहक, उल्हसित आणि मनमोकळ्या स्वभावाची होती. त्याउलट मी लाजराबुजरा, जरा ठेंगणाच, लठ्ठ आणि जरा मागासलेलाच वाटायचो. कारण त्या वयात मुलींबद्दल आकर्षण वाटण्याऐवजी बेडूक पकडणं, झाडांवर चढणं यातच मला जास्त रस असायचा.

पण बेकीची गोष्टच वेगळी होती. तिच्यामध्ये काहीतरी खास बात होती. केसांची एखादी खट्याळ बट डोळ्यावर येऊन त्रास देऊ लागली, की ती एका विशिष्ट लकबेनी मानेला झटका देऊन केस मागे करायची. कधी विचार करण्यात गुंग असली, की तिच्या गुलाबी बोटाचं नख कुरतडू लागायची. गिऱ्हाइकांना काय पदार्थ हवे असायचे, ते लिहून घेतले, की ती मोठ्या ऐटीत कानामागे पेन्सिल अडकवत असायची. इतर दिखाऊ, नखरेल मुलींसारखी ती थिल्लरपणे वागायची नाही.

"ते बघ, काय लागलंय तिथं?" माझ्या गळ्यावर पडलेल्या कुठल्यातरी काल्पनिक अन्नकणाकडे निर्देश करून निष्पाप सुरात बेकी मला विचारायची आणि मीदेखील तिच्या त्या युक्तीला बळी पडायचो. माझी तिनं गंमत केली होती, हे समजल्यावर खाली मान घालून बसलो, की ती माझ्या हनुवटीखाली बोट धरून माझी मान वर करायची. "कशी फजिती केली एका मुलाची!" असं हसून चिडवायची.

१९७३ साली एका मुलासाठी द्यावी, त्याप्रमाणे बेकीनं मला सर्वोत्तम प्रेमाची आठवण बहाल केली. ते प्रेमाचं प्रतीक म्हणजे 'तिचं लक्ष'! कामामध्ये सतत व्यग्र असूनही मला काही गुपितं सांगण्यासाठी, विनोदी किस्से सांगण्यासाठी किंवा खांद्यावरच्या ओल्या रुमालानं येताजाता मला फटके देण्यासाठी ती आवर्जून वेळ काढायची. त्या बदल्यात मी तिच्यासाठी कधीकधी टेबलं साफ करून द्यायचो. आतमध्ये जाऊन गुपचूप तिच्यासाठी थंड पेयं, काही गोड पदार्थ घेऊन यायचो आणि तिच्या पावलांनी पवित्र झालेल्या जमिनीला मनोमनी प्रणाम करायचो. सगळा माझ्या कोवळ्या प्रेमाचा परिणाम!

एका दुपारी, मला ऐकू जाईल अशा आवाजात ती एकदा कोणाजवळ तरी कुजबुजताना मी ऐकलं होतं, "मला तर हा मुलगा खूपच गोड वाटतो आणि विशेषत: जेव्हा लाजतो, तेव्हा तर फारच आवडतो."

"बेकी, बेकी मी प्रेमात पडलोय गं तुझ्या," एकदा सकाळी अंघोळीच्या वेळी आरशासमोर उभं राहून मी स्वत:शीच मोठ्या आवाजात बोललो होते. "मी शेवटपर्यंत असंच प्रेम करत राहीन तुझ्यावर."

दुर्दैवानं आमचा सहवास संपण्याची चिन्हं झपाट्यानं दिसू लागली होती आणि तसं घडू नये, यासाठी मी काहीही उपाय योजू शकत नव्हतो.

ऑगस्ट महिन्यातली ती एक वादळी दुपार होती. त्या वेळी बेकीनं मला विचारलं होतं, "रॉबी, मी एक मिनिट बोलू का तुझ्याशी?" माझ्या हृदयाची धडधड वाढू लागली. काय बरं तिला सांगायचं असेल? माझ्यावरच्या तिच्या प्रेमाची उघडपणे कबुली देणार आहे की काय?

"मी आता पुढच्या शिक्षणासाठी कॉलेजला जाणार आहे. त्यामुळे आता मी इथे काम नाही करू शकणार." तिनं एका दमात सांगून टाकलं. मी एक आवंढा गिळला. "तुझ्या रूपानं मला एक खूप छान मित्र मिळाला. मला नेहमी तुझी आठवण येत राहील", ती हळूच म्हणाली.

मी शांत राहण्याचा खूप प्रयत्न केला. मी वयात आलेला मुलगा झालो होतो, हे तिला सिद्ध करून दाखवण्याचे अनेकदा प्रयत्न केले होते, म्हणून आता त्या क्षणी मला कोलमडून जाणं चालण्यासारखं नव्हतं, परंतु माझी हनुवटी थरथरायला

लागली. बेकी मला अस्पष्ट, धूसर दिसू लागली. मग मात्र माझ्या लक्षात आलं, की भावनांवर ताबा ठेवणं मला शक्य नव्हतं.

"मी...मी तुझ्यावर खूप प्रेम करतो गं", मी पटकन तिला सांगून टाकलं आणि वेड्यासारखा रडू लागलो.

ती माझ्याकडे बघतच राहिली. रडत रडत मी अचानकपणेच दिलेल्या त्या कबुलीनं ती चकितच झाली होती. नंतर हळुवारपणे तिनं माझा हात हातात घेतला.

"रॉबी, तू खरंच माझ्यासाठी एक खास, विशेष मुलगा आहेस; पण अरे वेड्या, मी एक मित्र म्हणून तुझ्यावरती प्रेम करते, पण मी तुझ्यासाठी योग्य नाहीये (प्रेमबिम करण्यासाठी), हे तुलाही चांगलंच माहिती आहे."

स्टेशन आल्यावर इंजिनाची भकभक जशी हळूहळू कमी कमी होत जाते, तसेच माझे हुंदके हळूहळू बंद होत गेले.

मी पूर्ववत हसायला लागेपर्यंत बेकी माझ्याकडे बघत स्मितहास्य करत राहिली होती. "एक ना एक दिवस तुला एक छान प्रेमिका भेटेल आणि मग तुला वाटेल, की तीच तुझ्यायोग्य आहे म्हणून. मग माझ्याबद्दलच्या तुझ्या भावना विरून जातील आणि तू मला विसरूनही जाशील. मी गळ्याशपथ अगदी खरं खरं सांगतेय."

"मी काही मदत करू का तुम्हाला?" त्या दुकानदारानं जरा ठामपणेच परत मला विचारलं.

"बेकी आहे का आतमध्ये?" मी पटकन विचारलं.

"तुम्ही तिचे मित्र आहात का?" माझ्याकडे जरा संशयानं बघतच त्यानं विचारलं.

"हं, तसंच समजा हवं तर", मी पुटपुटलो. "वीस वर्षांपूर्वी तिनं आमच्या घरच्या खानावळीमध्ये वेट्रेस म्हणून काम केलं होतं. काल संध्याकाळीच मी आणि माझे वडील गतकाळाच्या आठवणी काढून बोलत असताना, तिचा विषय निघाला होता. बाबा म्हणाले होते, की ती कदाचित मला इथे भेटण्याची शक्यता आहे."

ते ऐकून त्याच्या कपाळावरच्या आठ्या जरा कमी झाल्या. हस्तांदोलनासाठी हात पुढे करत तो म्हणाला, "मी तिचा नवरा, ही आमची मुलगी." "बेकी आज तिकडे घरीच आहे, कारण तिला जरा बरं वाटत नाहीये." तेवढ्यात त्या मुलीनं फोन उचलून नंबर फिरवायला सुरुवात केली.

"आई, तुझ्या ओळखीचे कोणीतरी इथे आले आहेत", ती मुलगी फोनवरनं सांगत होती. "ते म्हणताहेत, की तू त्यांच्या घरच्या खानावळीमध्ये नोकरी करत होतीस खूप पूर्वी," ती थोडा वेळ पलीकडचं बोलणं ऐकत राहिली आणि मग काही न बोलता माझ्या हातात रिसिव्हर दिला.

तिच्याकडनं फोन घेऊन, जणू हातात प्रथमच फोन धरला होता, अशा तऱ्हेनं मी एकटक फोनकडे बघत उभा राहिलो. गालावरती गोड खळी पाडून माझ्याकडे बघत हसत हसत जणू तिला सुचवायचं होतं, "हं लागा बोलायला आता."

"काय म्हणतेस बेकी? कशी आहेस?" मी उल्हसित स्वरात, पण जरा चाचरतच विचारलं. पलीकडच्या बाजूला पूर्ण शांतता होती. पाच सेकंद झाले, दहा सेकंद झाले...

"रॉबी, तूच आहेस नं?" कानावर ओळखीचा आवाज पडला. आता तो जरा जाडसर आणि वयानुरूप थोडा घोगरा वाटत होता, पण विस्मरण होण्यासारखा मात्र नव्हता.

"हो, मीच बोलतोय." मी आश्वासक सुरात म्हणालो.

"बरं, कसा आहेस तू?" हसऱ्या आवाजात तिनं विचारलं.

"मी ठीक आहे बेकी, पण तू काय म्हणतेस?"

नंतर जुन्या आठवणी काढत आम्ही रमून गेलो. वीस वर्षांपूर्वी जुळलेल्या मैत्रीचे नंतरच्या काळात हरवलेले धागे, फोनवरनं पाच मिनिटांच्या संभाषणाद्वारे जोडण्याचा प्रयत्न मी करू लागलो.

"त्या उन्हाळ्याच्या सुट्टीतल्या फार छान आठवणी मी जतन करून ठेवल्या आहेत अजूनही", बेकी म्हणाली. "तुला माझी अजून आठवण आहे, हे कळल्यावर मन भरून आलंय माझं. त्या वर्षीचा माझा तो काळ तुझ्यामुळे खूप आनंदी आणि सुखकारक झाला होता. आज तुला प्रत्यक्षरित्या भेटता आलं असतं, तर मला खूप आवडलं असतं."

"पण बेकी," जवळ बसलेल्या तिच्या लेकीकडे बघून हसत हसत मी म्हणालो, "मी तर तुलाच प्रत्यक्षात बघतोय आता इथे."

"बरं बरं, पण आता कृपा करून माझ्या तरुण लेकीच्या प्रेमाबिमात पडू नकोस बरं का!" ती चिडवण्याच्या सुरात म्हणाली.

लाजल्यामुळे माझे गाल लाललाल झाले आणि परत एकदा मी अकरा वर्षांचा मुलगा झालो!

रॉबर्ट टेट मिलर

Calling On a Girl Named Baky

३

अडचणींवर मात

“सागरी वादळाची भीती मला मुळीच वाटत नाही, कारण मी माझी होडी वल्हवण्यास शिकत आहे.”

लुइसा मे अल्कॉट

मार्गरिट आणि रुथची कहाणी

'आपल्यापैकी प्रत्येकजण केवळ एकच पंख असलेला देवदूत असतो. त्यामुळेच आपण एकमेकांना धरूनच आकाशात भरारी मारून विहार करू शकतो.'

लुझिॲनो डी. क्रेशेन्सो

शारीरिक व्यायामाच्या उपचारपद्धतीचा फायदा घेण्यासाठी १९८३ च्या वसंतऋतूमध्ये 'साऊथ ईस्ट सिनियर सेंटर फॉर इनडिपेंडंट लिव्हिंग' (ज्येष्ठ नागरिकांनी आपल्या पायावर उभं राहून स्वतंत्रपणे जगण्याचं केंद्र) या जागी मार्गरिट पॅट्रिक येऊन पोचली. तिथली एक जुनी कर्मचारी मिली मॅकह्यू हिनं मार्गरिटची केंद्रामधल्या सगळ्यांशी ओळख करून दिली. तिथे असलेल्या पियानोकडे मार्गरिटची नजर गेल्यावर ती दुःखी झाल्याचा भास मिलीला झाला.

"काय झालं, काही बिनसलं का तुमचं?" मिलीनं विचारलं.

"नाही, नाही. काही नाही", खालच्या आवाजात मार्गरिट उत्तरली. "पियानो पाहिल्यावर काही जुन्या आठवणी जाग्या झाल्या एवढंच. पक्षाघाताचा झटका येण्यापूर्वी संगीत हेच माझं जीवन होतं." मिलीची नजर त्या कृष्णवर्णी मार्गरिटच्या निकामी झालेल्या उजव्या हाताकडे गेली. नंतर मार्गरिट बराच वेळ मिलीला तिच्या संगीतक्षेत्रामधल्या कारकिर्दीबद्दल कितीतरी छान छान गोष्टी, आठवणी सांगत राहिली.

मध्येच मिली अचानकपणे म्हणाली, "तू इथेच थांब. मी आत्ता एका मिनिटात आलेच बघ", काही क्षणांतच ती परत आली. तिच्याबरोबर जाड भिंगाचा चष्मा लावलेली, पांढऱ्याशुभ्र केसांची आणि लहानशा चणीची एक स्त्री आली होती. चालताना ती पांगुळगाड्याच्या साहाय्यानं चालत होती.

"मार्गरिट पॅट्रिक", मिली म्हणाली "आणि ही रुथ आयसेनबर्ग", नंतर हसत हसत मिली सांगू लागली. "हीपण पूर्वी पियानो वाजवायची, पण तुझ्याप्रमाणेच

तिला पक्षाघाताचा झटका आला आणि त्यानंतर तिचं पियानोवादन बंद पडलंय; पण रुथचा उजवा हात चांगल्या स्थितीत आहे आणि तुझा डावा हात. तेव्हा मला असं वाटतंय, की तुम्ही दोघी मिळून काहीतरी मस्तपैकी अद्भुत कामगिरी करू शकाल.''

''तुला ती चॉपिनची वॉल्टझ इन डी फ्लॅट ही रचना माहिती आहे का गं?'' रुथने विचारलं. त्यावर मार्गरिटनी मान डोलावली.

मग दोघी पियानोच्या पुढ्यात ठेवलेल्या बाकावर शेजारी शेजारी बसल्या. दोन निरोगी हात – एक लांबसडक बोटांचा कृष्णवर्णी, तर दुसरा जाडसर, आखूड बोटं असलेला गौरवर्णी हात – पियानोच्या काळ्या पांढऱ्या पट्ट्यांवरनं (शिसम आणि हस्तिदंती पट्ट्या – त्याही काळ्या पांढऱ्या) तालबद्धतेत सरसर फिरू लागले. त्या दिवशीच्या त्या प्रसंगानंतर शेकडो वेळा त्या दोघी अशा प्रकारे एकत्र बसून एकेक रचना वाजवत राहिल्या. मार्गरिटचा निकामी उजवा हात रुथच्या पाठीवर ठेवलेला, तर रुथचा निकामी डावा हात मार्गरिटच्या गुडघ्यावर टेकलेला, अशा तऱ्हने रुथ तिच्या निरोगी हातानं मुख्य संगीतरचना वाजवते तर मार्गरिट तिच्या निरोगी हातानं तिला साथ देत असते.

त्या दोघींचे मिळून पियानोवादनाचे कार्यक्रम टीव्हीवर होऊ लागले आहेत आणि प्रेक्षकांना मोहून टाकत आहेत. त्याचप्रमाणे चर्च, शाळा, ज्येष्ठ नागरिक केंद्र, पुनर्वसन केंद्रामध्येही त्याचे अनेक कार्यक्रम होत असतात. पियानोसमोरच्या बाकावर बसून त्या संगीतात तर एकमेकींच्या साथीदार झाल्याच आहेत; पण त्याहीपेक्षा जास्त महत्त्वाचं म्हणजे, त्या दोघींच्या आयुष्यात असलेली अनेक प्रकारची समानता आणि साधर्म्य त्यांनी अनुभवलंय. चॉपिन, बाख, बिथोवेन यांच्या रचना पियानोवर वाजवत त्यांना एक नवीनच साक्षात्कार झालाय. स्वप्नातही कल्पना केली नसेल, एवढं या दोघींच्या आयुष्यात असलेलं वैशिष्ट्यपूर्ण साधर्म्य. दोघींनाही पणजी होण्याचं भाग्य लाभलं होतं. दोघीही विधवा झाल्या होत्या. (मार्गरिटच्या पतीचं १९८५ मध्ये निधन झालं) दोघींच्या मुलाचा मृत्यू झालेला होता. दोघींकडे देण्यासारखं भरपूर होतं, पण दुसरीला सोडून एकटी काहीच देऊ शकत नव्हती.

एकदा पियानोजवळच्या बाकावरती बसलेल्या रुथनं मार्गरिटला बोलताना ऐकलं होतं. ती सांगत होती, ''माझ्यापासनं संगीत दूर निघून जाऊन हरवून गेलं होतं, पण परमेश्वरानं रुथला माझ्या आयुष्यात आणलं,'' गेल्या पाच वर्षांत सतत जवळजवळ बसल्यामुळे मार्गरिटच्या श्रद्धाळू स्वभावाचा गुण साहजिकच रुथलाही हळूहळू लागायला सुरुवात झाली होती. कारण आता रुथही म्हणून लागली होती, ''आम्हा दोघींना एकत्र आणलं गेलं, हा एक फार मोठा दैवी

चमत्कारच आहे.''

तर अशी आहे मार्गारेट-रुथची कहाणी. आता त्या दोघी त्यांची ओळख 'शिसम आणि हस्तीदंत' (एबनी ॲण्ड आयव्हरी) अशा नावानेच करून देत असतात.

मार्गारेट पॅट्रिक
The Story of Margaret and Ruth

कामसू देवदूत

'माझ्यामध्ये असलेल्या शारीरिक उणिवांसाठी मी परमेश्वराची आभारी आहे. कारण त्या उणिवांच्या माध्यमातनंच मी मला स्वत:ला शोधू शकले, माझ्या कार्याचा आणि देवाचाही शोध घेतला.'

हेलन केलर

माझा पत्ता व्यवस्थितरित्या पण एका विशिष्ट तऱ्हेनं टाईप केलेल्या एका पाकिटानं माझं लक्ष वेधून घेतलं. त्या दिवशी माझ्या टेबलावरचा पत्रांचा ढीग मी आवरत होते. त्या पाकिटात काय विशेष होतं कोण जाणे, पण मला तेच पत्र पहिल्यांदा उघडावंसं वाटलं.

पाकिटामध्ये उत्तम दर्जाच्या भारी कागदांवर तसंच व्यवस्थित तपकिरी रंगाच्या शाईमध्ये टाईप केलेलं एक पत्र होतं. उत्तम नमुन्याचं पत्र होतं ते. मला ताबडतोब वाचायची इच्छा झाली.

'प्रिय डॉ. कर्टिस,

फॉक्स विलशायर थेटरमध्ये, 'संडे सर्व्हिसेस ऑफ द सायन्स ऑफ माईंड' चर्चमध्ये मागच्या महिन्यात झालेल्या तुमच्या भाषणानं मी खूप भारावून गेले होते. मला खूप फायदा झालाय ते ऐकून. तुम्ही सांगितलेले मौलिक विचार छापील रूपात प्रसिद्ध झालेच पाहिजेत. त्यामुळे इतरांनाही माझ्यासारखाच फायदा होईल.

मला एक सुचवावंसं वाटतंय. प्रत्येक रविवारी होणाऱ्या तुमच्या भाषणाची ध्वनिफीत जर माझ्याकडे पाठवता आली; तर ती ऐकून मी तुमचं भाषण जसंच्या तसं टाईप करून, तुमची ध्वनिफीत आणि टाईप केलेला मजकूर असं दोन्ही तुम्हाला परत पाठवून देईन.

या रूपानं माझी तुम्हाला थोडीफार मदत होऊ शकेल, अशी आशा करते. तुमच्या भाषणातनं तुम्ही मला जो अमूल्य ठेवा बहाल केला आहे, तो इतरांनाही

वाटावासा वाटतोय. तुमच्या सचिवानं जर फोन करून वेळ ठरवली, तर माझ्याकडनं कोणीतरी येऊन दर सोमवारी तुमची ध्वनिफीत मला आूणन देऊ शकेल.

तुमच्यासाठी आणि तुमच्या कार्यासाठी परमेश्वर तुम्हाला सतत आशीर्वाद देत आहेच.

आपली,

मेरी ल्युईस झॉलर्स'

खालची सहीदेखील त्याच अनोख्या पद्धतीनं टाईप केलेली होती. पूर्ण पत्रात कुठेच हस्ताक्षर नजरेस पडलं नव्हतं.

पत्र वाचल्यावर मी इतके दिवस मनात केलेल्या प्रार्थनेचं फळ मिळाल्याचा सुंदर अनुभव आला. गेल्या कित्येक महिन्यांपासनं दर रविवारी माझी भाषणं तशीच्या तशी कोणीतरी लिहून द्यावीत, याच शोधात मी होतो पण माझ्या जुनाट टेपरेकॉर्डरवर ध्वनिमुद्रित केलेल्या माझ्या भाषणाच्या ध्वनिफितीवरनं ते काम करणारं कोणी मला मिळत नव्हतं. त्या काळी टेपरेकॉर्डर वापरण्याची पद्धत फार अवघड आणि कटकटीची असायची. चालू-बंद, चालू-बंद करण्याचं बटन त्यावर नसायचं त्यामुळे एका हातानं टेपरेकॉर्डर चालवायचा आणि ऐकून त्याच वेळी ते टाईप करणं फार अवघड जायचं. त्यामुळे माझ्या भाषणाच्या ढीगभर ध्वनिफीती साठतच चालल्या होत्या. लेखी मजकूर (भाषणांचा) हाती तयार नसल्यामुळे पुस्तक प्रसिद्ध करण्याचा विचारही मला करता येत नव्हता.

आणि आता अचानकच मेरी ल्युईस झॉलर्सचं पत्र अनायसे आलेलं होतं. मी ताबडतोब पत्रात दिलेल्या नंबरवर फोन लावला आणि मेरीशी बोलता येईल का, म्हणून विचारलं.

"मी तुमचा निरोप देईन त्यांना नक्की", गोड आवाजात कोणीतरी उत्तरलं.

"मी व्यक्तिश: बोलू शकतो का त्यांच्याशी?" मी प्रश्न केला.

"आत्ता त्या फोनपाशी येऊ शकणार नाहीत. म्हणून कृपा करून मलाच निरोप सांगा", ती म्हणाली.

"बरं ठीक आहे. त्यांना एवढंच सांगा, की डोनल्ड कर्टिसचा फोन होता आणि त्यांचं अप्रतिम पत्र मिळालं."

"तुम्ही फोन केल्याचं कळल्यावर त्या खूप खूश होतील. तुमच्या भाषणाची ध्वनिफीत आणण्यासाठी केव्हा पाठवू कोणाला तरी, एवढं सांगू शकाल का आता?" ती म्हणाली.

"मी स्वत:च येऊन देईन नं त्यांना", मी परत आग्रही सुरात म्हणालो.

माझ्यासाठी म्हणून पाठवल्या गेलेल्या त्या देवदूतासमान व्यक्तीस प्रत्यक्ष भेटण्यास मी खूप उत्सुक होतो.

"तशी काही आवश्यकता नाहीये. उद्या दुपारी ऑफिसमध्ये ध्वनिफीत तयार ठेवा, म्हणजे ती घेऊन येण्याची मी व्यवस्था करेन आणि हो, झॉलर्स बाईंचा स्वत:चा टेपरेकॉर्डर आहेच ध्वनिफीत चालवण्यासाठी; त्यामुळे एकीकडे ऐकून लगेच टाईप करणं सोपं जाईल. आठवडा संपायच्या आतच ध्वनिफीत आणि टाईप केलेल्या मजकुराचे कागद आपल्याकडे पोचते केले जातील."

"खूप आभारी आहे. तुमच्या विनंतीनुसार उद्याच माझ्या ऑफिसमधनं तुम्हाला ध्वनिफीत घेऊन जाता येईल." मी सांगितलं.

ध्वनिफीत घेऊन जाण्यासाठी केलेल्या त्या विचित्र व्यवस्थेनी मी गोंधळून गेलो होतो; पण माझ्या नशिबानं सगळं चांगलं जुळून आलं होतं, म्हणून मी स्वखुशीनं त्यांच्या विनंतीला मान्यता दिली होती.

त्यानंतर दोन दिवसांनीच पहिली ध्वनिफीत आणि टाईप केलेले कागद माझ्या ऑफिसमध्ये आणून दिले गेले. सगळा मजकूर कागदांवरच व्यवस्थितरित्या त्याच विशिष्ट पद्धतीनं तपकिरी शाईमध्ये टाईप केलेला होता. दोन शब्दांमधलं अंतर, एकसारख्या अंतराचा समास आणि टायपिंगमध्ये एकही चूक नसलेली बघून मी तर फारच खूश झालो. माझ्या पुस्तकासाठी अशाच प्रकारे टाईप केलेलं लिखाण मला अपेक्षित होतं. मी झॉलर्सबाईंना तातडीने फोन लावला. परत मागच्या वेळेचा ओळखीचा तोच स्नेहपूर्ण आवाज आला.

"हॅलो, मी डोनल्ड कर्टिस बोलतोय. झॉलर्स बाईंशी बोलता येईल का मला? त्यांना टाईप करून पाठवलेल्या उत्कृष्ट कामाबद्दल मला त्यांचे आभार मानायचे आहेत."

"ओहो, डॉ. कर्टिस का? मी झॉलर्स बाईंना निरोप देईन हं तुमचा. तुम्ही फोन केला होता, हे कळल्यावर त्यांना खूप आनंद होईल आणि रविवारच्या तुमच्या भाषणाची ध्वनिफीत सोमवारी सकाळी ऑफिसमध्ये आठवणीने ठेवा बरं का. मागच्या वेळेसारखं कोणीतरी येऊन घेऊन जातील." तिकडून उत्तर आलं.

पूर्ण वर्षभर अशाच प्रकारे तो व्यवहार चालू होता. दर आठवड्याला न चुकता उत्कृष्टरित्या टाईप केलेले कागद माझ्यापर्यंत पोचत होते आणि त्या सर्वांमधनं मी माझ्या पहिल्या पुस्तकासाठी पुरेसा मजकूर मिळवू शकलो; पण तोपर्यंत ते काम करणाऱ्या त्या देवदूतासमान व्यक्तीला मी भेटू मात्र शकलो नव्हतो. माझ्याशी कधीही फोनवर त्या बोलल्या नाहीत, पण माझ्या आभार दर्शनाच्या पत्रांची अतिशय प्रेमानं तशाच प्रकारे टाईप करून त्यांनी उत्तरं पाठवली होती.

एका ऐन दुपारी माझ्यासाठी एक वैयक्तिक फोन आला आणि त्याच ओळखीच्या आवाजाने मला अभिवादन करून सांगितलं, "डॉ. कर्टिस, मी झॉलर्स बाईंच्या वतीनं फोन करतीये. आज संध्याकाळी पाच वाजता तुम्हाला त्यांच्या घरी चहासाठी

बोलावण्याची त्यांची इच्छा आहे. तुम्ही येऊ शकाल का?''

मी लगेच होकारार्थी उत्तर दिलं. बरोबर पाच वाजता दिलेल्या पत्त्यावर मी जाऊन पोचलो. एका हसऱ्या व्यक्तिमत्त्वाच्या स्थूल बाईंनी दारातच माझं स्वागत केलं. मी आवाजावरूनच त्यांना लगेच ओळखलं. ''नमस्कार डॉ. कर्टिस, छान झालं, तुम्ही आलात. झॉलर्सबाई बाहेरच्या खोलीत तुमची वाट बघत आहेत.''

त्या मला एका हवेशीर आणि प्रसन्न वातावरण असलेल्या खोलीत घेऊन गेल्या. तिथे एक तरुण स्त्री चाकांच्या खुर्चीवर बसलेली दिसली. वेडावाकडा चेहरा, एका बाजूला कललेली मान, सतत हिसके देत हलणारं तिचं शरीर; पण तरी दोन्ही हातांचे पंजे गुडघ्यांमध्ये घट्ट रोवून बसलेल्या त्या स्त्रीचा चेहरा आनंदाने चमकला आणि ती हसण्याचा आणि बोलण्याचा प्रयत्न करू लागली. तो संपूर्ण अनुभवच माझं हृदय पिळवटून टाकत होता, पण मेरी ल्युईसच्या अस्तित्वानं खोलीत आनंद आणि प्रकाश ओसंडून पसरला होता.

तिच्या चाकांच्या खुर्चीच्या समोर थोड्या उंच भागावर एक मोठा टेपरेकॉर्डर आणि जुन्या प्रकाराचा टाईपरायटर ठेवलेला होता. एकमेकांना अभिवादन केल्यावर मेरी ल्युईसनं एका पायाच्या बोटांनी टेपरेकॉर्डर चालू केला. थोडा वेळ तसाच चालू ठेवून, पायांची बोटं टाईपरायटरवर ठेवून ऐकू येणारा भाषणाचा तेवढा भाग टाईप केला. नंतर परत टेपरेकॉर्डर चालू केला. संपूर्ण क्रिया पायांच्या साहाय्यानं पूर्ण केल्यावर ती मोठ्या अभिमानानं हसली. त्या वेळी देखील तिच्या दोन्ही हातांचे पंजे गुडघ्यांमध्ये घट्ट दाबून ठेवलेले होते आणि त्यामुळे तिचे हात हवेत वेडेवाकडे फिरत नव्हते. (तिच्या हातांवर नियंत्रण नव्हतं.)

जन्मापासनं मेरी ल्युईसला मेंदूचा पक्षाघात झालेला होता, परंतु विनोदबुद्धी

जागृत ठेवून तिनं स्वत:च्या कमतरतेवरती विजय मिळवला होता आणि पावलांचा कौशल्यपूर्वक वापर करण्याचं कसब आत्मसात केलं होतं. तिची सखी, सोबती, सचिव, मदतनीस आणि काळजी घेणारी होती ती बाई– जिच्याशी माझी फोनवरनंच ओळख झालेली होती; त्या दोघी एकमेकींशिवाय राहूच शकत नव्हत्या. दोघी मिळून सगळी कामं करत होत्या आणि आयुष्य अर्थपूर्ण आणि पूर्णत: जगत होत्या.

त्यानंतर अनेक वर्षं मेरी ल्युईस माझ्या भाषणाच्या ध्वनिफिती ऐकून त्या टाईप करत राहिली आणि तिनं कोणत्याही प्रकारची अपेक्षाही दर्शवली नव्हती. तिला त्यात आनंद मिळावा, एवढीच तिची अपेक्षा होती. पायांच्या बोटांनी टाईप केलेल्या हजारो पानांमध्ये मला कधीच एकही चूक आढळली नव्हती.

कित्येक वर्षांपासनं ही बाई आता माझी जवळची मैत्रीण झाली आहे. तिच्यामध्ये मला जे आत्मिक सौंदर्य सापडलंय, तसं सौंदर्य यापूर्वी मी कुठेच पाहिलं नव्हतं. तिच्या मनात वसलेल्या केवळ अद्भुत विनोदबुद्धीमुळेच आणि पावलांचा कुशलतेनं वापर करून तिनं तिच्या शारीरिक दुर्बलतेवर अप्राप्य वाटणारा विजय मिळवलेला आहे. स्वत:मधल्या उणिवांचा बाऊ न करता दुसऱ्यांच्या सेवेसाठी, सत्कार्यासाठी वाहून घेतलेलं जीवन ती पूर्णत्वानं जगत आहे.

दुसऱ्यांच्या मदतीसाठी सतत हात पुढे करणाऱ्या या देवदूतासमान स्त्रीनं माझंही आयुष्य समृद्ध केलं आहे आणि त्यामुळे मी स्वत:ला अतिशय भाग्यवान समजत असतो.

डोनाल्ड कर्टिस
Angel at work

ह्यावर विचार करा

'प्रयत्न सोडून देण्यापर्यंत कोणतीच व्यक्ती खरं म्हणजे हरत नसते.'

माईक डिट्का

एन. एफ. एल. फुटबॉल प्रशिक्षक

ह्यावर विचार करा :

कोणत्याही बाबतीत असामान्य कौशल्य प्राप्त करायचं झाल्यास किती प्रचंड प्रमाणावर कडक शिस्तपालन, अखंड सराव आणि प्रयत्नांची पराकाष्ठा करणं अत्यावश्यक असतं; याची अनेकांना कल्पनाही येत नसते. उदाहरणार्थ– अमेरिकेचे पूर्व सिनेटर आणि न्यूयॉर्क निक्स बास्केटबॉल संघाचे पूर्वाश्रमीचे उत्कृष्ट खेळाडू बिल ब्रॅडले न चुकता खेळाचा अखंड सराव करायचे. बास्केटबॉलच्या मैदानावर सराव करण्यासाठी पाच निरनिराळ्या जागा (पॉईंट) त्यांनी ठरवून ठेवल्या होत्या आणि त्या प्रत्येक पॉईंटवरनं ते पंचवीसवेळा बॉल फेकायचे. पंचवीसपैकी कमीत कमी बावीसवेळा जर त्यांचा बॉल बास्केटमध्ये पडला नाही, तर परत ते पहिल्यापासनं सुरुवात करायचे. जोपर्यंत जवळजवळ प्रत्येक वेळी ते यशस्वी व्हायचे नाहीत, तोपर्यंत ध्येयापासनं न ढळता ते परत परत अथक प्रयत्न करतच राहायचे.

कादंबरीकार कार्सन मॅककुलर्स वयानं एकोणतीस वर्षांची होईपर्यंत तिला तीन वेळा पक्षाघाताचे झटके आलेले होते. त्यामुळे काही प्रमाणात लुळं पडलेलं शरीर, लंगडत चालावं लागत असताना आणि असह्य वेदना सहन करत ती आयुष्य जगताना तिच्या पतीनं केलेल्या आत्महत्येमुळे तिला प्रचंड मानसिक धक्का बसला होता. इतक्या व्याधी मागे लागल्यावर दुसऱ्या कोणी केव्हाच हार मानली असती, पण तिनं रोज न चुकता कमीतकमी एक पानभरून तरी लेखन करण्याचा निर्धार केला. अतिशय कठीण परिश्रमानंतर अनेक उत्तम कादंबऱ्यांचं लिखाण तिच्या

हातनं घडलं. उदा. 'मेंबर ऑफ द वेडिंग,' 'द बॅलड ऑफ द सॅड कॅफे' आणि 'द हार्ट इज ए लोनली हंटर.'

हर्षेल वॉकर जेव्हा माध्यमिक शाळेत शिकत होता, तेव्हा त्याला NFL (नॅशनल फुटबॉल लीग) चा फुटबॉलपटू होण्याची जबरदस्त इच्छा होती; पण खेळाच्या प्रशिक्षकानं त्याला सांगितलं, की खेळासाठी त्याची शरीरयष्टी अतिशय किडकिडीत होती. त्यापेक्षा त्यानं धावण्याचा सराव करून, धावपटू होऊन शर्यतीमध्ये भाग घ्यावा. असं त्यांनी सुचवलं. प्रोत्साहन आणि मदत मिळणं दुर्लभ झाल्यामुळे त्यानं प्रशिक्षकाच्या बोलण्याकडे दुर्लक्षच केलं आणि तो शरीर कमावण्याच्या प्रयत्नात लागला. काही वर्षांतच हर्षेल वॉकरनं त्याच्या संघाला विजयाची ट्रॉफी मिळवून दाखवली.

शब्दांची जुळवाजुळव करून वाचन करण्याची असमर्थता (डिस्लेक्शिया) तुमच्या प्रगतीच्या मार्गात अडसर घालू शकत नाही. खाली नमूद केलेल्या लोकांच्यात ही असमर्थता असूनही त्यांनी स्वत:च्या ध्येयांचा, स्वप्नांचा पाठपुरावा करून स्वप्नपूर्तीचं असीम यश प्राप्त करून दाखवलंय.

जॉन लेनन - उत्कृष्ट गायक, संगीतकार आणि गीतकार

जनरल जॉर्ज पॅटन - अमेरिकन लष्कराचे जनरल आणि टँक कमांडर

बिल विल्सन - अल्कोहॉलिक्स ॲनॉनिमस (व्यसनांपासनं मुक्तता) या संस्थेचे संस्थापक

हॅरी बेलॅफॉन्ट - गायक, अभिनेता, निर्माता आणि नागरी हक्कांसाठी लढा देणारा.

जॉर्ज बर्न्स - अभिनेता आणि उत्कृष्ट हास्यअभिनेताही

शेर - गायिका, अभिनेत्री

ॲगाथा ख्रिस्ती - ब्रिटिश कादंबरीकार

विन्स्टन चर्चिल - ग्रेट ब्रिटनचे पंतप्रधान

टॉम क्रूझ - अभिनेता

लिओनार्डो दा व्हिन्ची - चित्रकार, शिल्पकार आणि शास्त्रज्ञ

अल्बर्ट आईनस्टाईन - शास्त्रज्ञ

व्हुपी गोल्डबर्ग - अभिनेत्री आणि उत्कृष्ट हास्यअभिनेत्रीही

शारीरिक उणिवा तुमच्या प्रगतीच्या मार्गात अडथळा आणू शकत नसतात. या काही लोकांचा विचार करा; ज्यांना अनेक शारीरिक उणिवा, व्याधी असूनही ते यशाच्या अनेक पायऱ्या चढू शकले.

जॉन मिल्टन - सुप्रसिद्ध कवी, लेखक - जन्मत: दृष्टिहीन

इटझॅक पर्नमन - जगप्रसिद्ध व्हायोलीनवादक - कमरेपासनं खालील शरीर लुळं पडलेलं.

हीदर व्हाईटस्टोन - १९४४ वर्षातली अमेरिकन सौंदर्यवती - जन्मत: कर्णबधिर

जिम आयसेनरिक - व्यावसायिक बेसबॉल खेळाडू - टॉरेट सिन्ड्रॉम व्याधीने पीडित.

रॅफर जॉनसन - डिकॅथलॉन खेळाडू - जन्मत:च वेडंवाकडं, मुडपलेलं पाऊल असलेला.

स्टिफन हॉकिंग - तात्त्विक पदार्थविज्ञानशास्त्रज्ञ, केंब्रिज विद्यापीठात अध्यापक, विक्रीचा उच्चांक पार करणारी पुस्तकं लिहिणारे. उदा. 'ए ब्रिफ हिस्टरी ऑफ टाईम'. लो गेहरिंगसारख्या असाध्य व्याधीनं ग्रस्त.

जेम्स अर्ल जोन्स - जगप्रसिद्ध अभिनेता - सहा ते चौदा वर्षांपर्यंत असलेला तीव्र तोतरेपणा.

टॉम डेम्प्सीच्या उजव्या पावलावर जन्मत:च एकही बोट नव्हतं. बहुतेकांच्या मते, ही फार मोठी उणीव असते; पण तो ज्या घरात जन्मला होता, त्या घरातल्यांनी त्यांना सक्षम आणि धडधाकट शरीरयष्टीचा मुलगाच मानलं होतं. कारण तो स्वत:च त्याच्यामधल्या उणिवांचा विचारही न करता त्याच्यात इतर कोणती समर्थता होती, यावरच पूर्ण लक्ष केंद्रित करून जगत होता. अखेरीस तो नॅशनल फुटबॉल लीगमध्ये प्लेस किकर बनलाच. न्यू ऑर्लिन्स सेंट्स या संघातर्फे खेळताना त्यानं त्रेसष्ट यार्ड अंतराचा एक गोल केला होता. तो NFL च्या इतिहासामधला एक विक्रमच होता. दुसऱ्या पावलापेक्षा आकारानं अर्ध्या असलेल्या पावलानंच त्याने ती विजयी किक मारली होती.

'स्वत:मधल्या कुवतीनुसार जर अनेक गोष्टी करून पाहिल्यात, तर तुमचं तुम्हालाच आश्चर्य वाटेल.'

– थॉमस एडिसन

अमेरिकन ऑलिंपिक्सच्या निवडचाचणी शर्यतीच्या आधी केवळ सतरा दिवस जोन बेनॉईट या धावपटूच्या गुडघ्यांवर शस्त्रक्रिया करावी लागली होती. जोनच्या असीम निग्रहामुळे तिच्या संघास तर यश मिळालंच, पण तिलाही सुवर्णपदक मिळालं.

किंग कॅम्प जिलेटनं एक अव्यवहारी असा शोध लावण्याचं स्वप्न बाळगलं होतं. त्याबद्दल नुसतं ऐकूनच अशा शोधासाठी पैसे घालणारे, इंजिनियर आणि तज्ज्ञमंडळी सगळ्यांनीच कुरकुर केली होती. एखादा वस्तरा (रेझर) एवढा धारदार असू शकतो, की ज्यामुळे अतिशय गुळगुळीत दाढी करता येतेच आणि वस्तऱ्याच्या

पात्याची धार संपली, की तो फेकूनही देता येतो इतका तो स्वस्तही असू शकतो यावर कोणाचाही विश्वासच बसत नव्हता. जिलेटनं चार वर्षं अपरंपार परिश्रम घेतले आणि पहिला अति धारदार वस्तरा बनवला, जो निरुपयोगी झाल्यावर सहज टाकून देण्यासारखा होता; पण विक्रीसाठी दुकानापर्यंत तसा माल आणण्यात त्याला पुढची सहा वर्षं खर्च करावी लागली. पहिल्या वर्षी केवळ एकावन्न वस्तरेच विकले गेले, तर दुसऱ्याच वर्षी विक्रीची संख्या नव्वद हजार आठशे चव्वेचाळीसवर पोचली आणि जिलेटच्या वस्तऱ्यानं दाढी हजामतीच्या उद्योगात क्रांतीच घडवून आणली.

मायकेल एंजेलो या चित्रकारानं ओळीनं सात वर्षं सतत एका शिडीवरच्या लाकडी फळीवर पाठीवर झोपून, त्रास सहन करत करत 'सिस्टाईन चॅपेल' हे जगविख्यात तैलचित्र बनवलं होतं.

एरिक मॉहन यानं अनेक स्थानिक, राष्ट्रीय आणि आंतरराष्ट्रीय स्पर्धांमधनं जलमिश्रित रंगानं रंगवलेल्या चित्रांसाठी असंख्य बक्षिसं मिळवली होती. व्हर्जिनिया राज्याचे सिनेटर जॉन वॉर्नर आणि पश्चिम व्हर्जिनियाचे सिनेटर रॉबर्ट बायर्ड या दोघांनी अलीकडच्या काळात या कलाकाराच्या चित्रकृती विकत घेतल्या आहेत. कौतुकाची बाब म्हणजे मॉहनचे दोन्ही हात आणि पाय पक्षाघातानं पूर्णत: निर्जीव आहेत. तोंडामध्ये ब्रश पकडून तो चित्र काढून रंगवत असतो. १९७७ पर्यंत त्यानं कधीही या कलेबद्दल एक आवड किंवा व्यासंग म्हणून विचारही केला नव्हता, पण तेव्हा झालेल्या जीवघेण्या अपघातामध्ये त्याचं शरीर छातीपासनं खाली पूर्णपणे निकामं झाल्यावर, नंतर तेरा वर्षांनी त्यानं चित्रकलेला वाहून घेण्याचा निर्णय घेऊन, चिकाटीनं प्रयत्न करून एवढं देदीप्यमान यश मिळवलं; हे खूपच स्पृहणीय आहे.

'मनुष्याचा आत्मा कधीच निकामी, निर्जीव होत नसतो. जोपर्यंत श्वासोच्छ्वास चालू आहे, तोपर्यंत प्रत्येक व्यक्ती नक्कीच स्वप्नं बघू शकते.

– माइक ब्राऊन

डेनिस वॉल्टर्स हा एक तरुण दमदार गोल्फ खेळाडू होता. एकदा त्याला गोल्फच्या गाडीमुळे विचित्र अपघात झाला आणि त्यात त्याचे दोन्ही पाय लुळे पडले. प्रेक्षक म्हणून बाजूला बसून गोल्फच्या खेळाचा आनंद मानण्याची त्याची अजिबात मनीषा नव्हती. त्यानं बसूनच खेळ खेळण्याचं (गोल्फबॉलला फटका मारण्याचं) शिक्षण घेऊन त्याच्या गोल्फगाडीमध्ये एक फिरतं सीट बनवून घेतलं. सराव करत करत त्यानं बसलेल्या स्थितीतच बॉलला फटका मारून दोनशे पन्नास यार्ड लांबवर बॉल नेला. अखेरीस गोल्फच्या खेळाचा वॉल्टर्स प्रशिक्षक बनला आणि गोल्फ खेळण्याची प्रात्यक्षिकं सादर करू लागला.

'द नाइल्स सिंफनी' ही अप्रतिम संगीतरचना वीथोवेननं जेव्हा तयार केली, तेव्हा तो पूर्ण कर्णबधिर होता.

टॉम सुलिवनची जन्म झाल्या झाल्या दृष्टी गेली होती. कारण त्याच्या डोळ्यात चुकीचं औषध घातलं गेलं होतं. त्याने नंतर ठरवलं, की केवळ बेसबॉल, बास्केटबॉल आणि टेनिस सोडून इतर खेळ तो नक्की खेळून दाखवेल. आज तो गोल्फ खेळतो, पोहतो, धावतो, बर्फावरनं घसरण्याचा खेळही खेळतो, तसंच घोडदौडदेखील करू शकतो. एकूण काय, तर तो आयुष्य पूर्णत्वानं जगत आहे.

डेव्हिड डब्ल्यू हार्टमनची वयाच्या आठव्या वर्षी दृष्टी गेली होती. आजपर्यंत एकाही दृष्टिहीन व्यक्तीनं वैद्यकीय शिक्षणक्रम पूर्ण केलेला नाहीये, अशी सबब दाखवून, टेंपल युनिव्हर्सिटी मेडिकल स्कूलने डॉक्टर बनण्याच्या त्याच्या स्वप्नाचा पार चुराडा करून टाकला; पण त्यानं वैद्यकशास्त्रावरची पुस्तकं 'वाचून' काढण्याचं आव्हान स्वीकारलं. त्याने पंचवीसच्या पंचवीस पुस्तकं (वैद्यकशास्त्राची) टेपरेकॉर्डवर ध्वनिमुद्रित करून घेतली. वैद्यकीय कॉलेजच्या इतिहासातला डेव्हिड हा पहिलाच विद्यार्थी ठरला; ज्यानं वयाच्या सत्ताविसाव्या वर्षी का होईना, पण तो शिक्षणक्रम पूर्ण करून दाखवला.

3M या मोठ्या दुकानात कोणाचाही विश्वास बसला नव्हता, की भविष्यात पोस्ट-इट नोटपॅडचा इतका प्रचंड खप होईल; परंतु आर्ट फ्राय हा माणूस तशी नोटपॅड्स दुकानात लोकांना फुकटात वाटतच राहिला. शेवटी त्याच्या उत्पादनाला एक संधी देण्याचं ठरलं. विक्रीचा पहिला प्रयत्न जरी अयशस्वी झाला, तरी आर्टनं आशा सोडली नव्हती. ती नवी गोष्ट जोपर्यंत गिऱ्हाइकांनी डोक्यावर घेतली नाही, तोपर्यंत आर्टनं चिकाटीनं प्रयत्न चालूच ठेवले होते.

'अडीअडचणीच्या काळातच तर अचानकपणे एखादी संधी समोर येऊन ठाकते.'

– अल्बर्ट आइनस्टाईन

१९६७ साली कर्नल सँडर्स ह्यांच्या रस्ताबांधणीच्या प्रकल्पाचं काम पूर्ण ठप्प झाल्यामुळे त्यांचा व्यवसायच बंद पडला. नंतर त्यांनी कोंबडी शिजवण्याची एक नवीन प्रकारची पाककृती शोधून काढली आणि हजारो ठिकाणी जाऊन त्या पाककृतीचं प्रात्यक्षिक केलं, तेव्हा कुठे अकरा प्रकारचे मसाले घालून शिजवलेल्या त्या पाककृतीला एकजण गिऱ्हाईक म्हणून लाभला. नंतर सात वर्षांनी– म्हणजे वयाच्या पंचाहत्तराव्या वर्षी कर्नल सँडर्सनी त्यांची 'फ्राईड चिकन' कंपनी पंधरा दशलक्ष डॉलर्स अशा अविश्वसनीय किमतीला विकून टाकली.

ध्वनिक्षेपणाच्या क्षेत्रात शिरकाव करून घेण्याचा एका तरुण मुलीचा मानस

होता, पण यशापेक्षा जास्त अपयशच तिच्या पदरी पडत होतं. अमेरिकेतलं एकही आकाशवाणीकेंद्र तिला तशी संधी देत नव्हतं. कारण काय तर – 'एखादी स्त्री श्रोतृवर्गाला आकृष्ट करू शकत नाही.' अमेरिका सोडून ती प्युअर्टो रिकोला येऊन पोचली. तिथून पुढे विमानखर्च करून डॉमिनिकन रिपब्लिक देशात उतरली आणि तिथल्या अस्थिर राजकीय परिस्थितीवरची माहिती गोळा करून, तिच्या आगळ्यावेगळ्या ध्यासाचा जणू पाठपुरावा तिनं केला खरा; पण अठरा ठिकाणी नोकरीवरनं डच्चू मिळाल्यावर तिला पटू लागलं, की ध्वनिक्षेपण क्षेत्रात व्यवसाय करणं तिच्या नशिबातच नव्हतं. तरी शेवटचा प्रयत्न म्हणून तिनं एका निर्मात्याला गळच घातली. तिनं राजकीय संवादाच्या कार्यक्रमाचं यजमानपद स्वीकारावं, असं त्याचं म्हणणं होतं. तिला ध्वनिक्षेपकावर बोलण्याची सवय होती, पण राजकारणामधली विशेष जाण नव्हती. संवादाच्या सहजशैलीमधनं तिनं चार जुलै (अमेरिकेचा स्वातंत्र्यदिन) या दिवसाबद्दलची तिची स्वत:ची मतं मांडली आणि श्रोत्यांनी फोन करून त्यांची मतं मांडावीत, असं आवाहन केलं. तो कार्यक्रम श्रोत्यांनी अक्षरश: डोक्यावर घेतला. श्रोतृवर्ग अगदी रंगून तो कार्यक्रम ऐकायचा आणि केंद्राला त्या कार्यक्रमाचं महत्त्व आणि लोकमत समजलं. आजमितीला सॅली जेसी रॅफेल ही दोन वेळा एम्मी ॲवॉर्ड जिंकणारी यजमानीण (host) म्हणून ओळखली जाते. तसंच आजपर्यंत तिनं टीव्हीवरती हजारो संवादकार्यक्रमांचं यजमानपद भूषवलं आहे. दररोज होणारा तिचा कार्यक्रम अमेरिका, कॅनडा आणि यू. के. मध्ये आठ दशलक्ष लोक आवडीनं बघत असतात.

चार वेळा ॲकॅडमी ॲवॉर्ड जिंकणारी अभिनेत्री कॅथरीन हेपबर्नला तिच्या उमेदवारीच्या काळात स्टेजवरच्या अनेक कार्यक्रमांतनं काढून टाकण्यात आलं होतं. अतिशय भरभर बोलणारी म्हणून तिला नावं ठेवली जायची. विकृत स्वभावाची आणि कामात सहकार्य न करणारी अशी तिची ओळख होती. स्टेजवर ती अतिशय हडकुळी, किडकिडीत आणि पुरुषी बांध्याची वाटते, असं सर्वांचं मत होतं; परंतु दुर्दम्य निग्रहाच्या बळावर तिनं आवाज आणि अभिनय सुधारण्याचं शिक्षण देणाऱ्या प्रशिक्षकांना गाठलं आणि त्यांनी तिची पूर्ण तयारी करवून घेऊन अनेक कार्यक्रमांद्वारे तिला पुढे आणलं. अखेरीस एकदा स्टेजवरच्या कार्यक्रमातला तिचा जिवंत अभिनय आणि नंतर त्याबद्दल वर्तमानपत्रामधलं परीक्षण बघून सिनेमात काम करण्यासाठी तिला पक्कं केलं गेलं.

जॅक कॅनफिल्ड, मार्क व्हिक्टर हॅन्सन
हॅनॉक मॅकार्टी आणि मेलडी मॅकार्टी
Consider This

तुमच्यावर अवलंबून आहे

एखादं गीत, क्षणात मोहवून जातं,
एखादं फूल, मनी स्वप्नं निर्माण करतं.
एखाद्या रोपट्यानंच, हळूहळू वननिर्मिती होते,
एखाद्या पक्ष्याच्या गुंजारवानं, वसंत फुलतो.
एखादं स्मितहास्य, मैत्रीचं बीज रोवतं,
एखादं हस्तांदोलन, मनाची मरगळ झटकतं.
अंधारातला एखादा तारा, समुद्रातल्या होडीला मार्ग दाखवतो,
प्रोत्साहनाचा एकच शब्द, ध्येयपूर्ती करू शकतो.
केवळ एका मतानं, देशाचं राजकारणच बदलू शकतं,
एकच कवडसा, खोलीला प्रकाशानं उजळवून टाकतो.
एकच मेणबत्ती अंधकाराला पळवून लावते,
एकच हसू दुःखाला पुसू शकते.
पुढे टाकलेलं एकच पाऊल, सुरुवात करतं भविष्यप्रवासाची,
एका शब्दानं, सुरुवात होते प्रत्येक प्रार्थनेची.
एकच आशा, पण आत्म्यास केवढं बळ देत असते,
एका स्पर्शानंही, खरी कळकळ जाणवते.
एखादाच मोलाचा शब्द, खूप काही शिकवून जातो,
एखाद्याच हृदयाला, पूर्ण सत्याची जाणीव होते.
एका व्यक्तीमुळेही, खूप बदल घडू शकतो
तुम्ही विचार करा, तुमच्यावरच आहे अवलंबून.

अज्ञात
It's up to You

अनपेक्षित

'सेवाभाव हे मला मिळालेलं बाळकडूच होतं. नाश्ता करणं, शाळेत जाणं या क्रियांप्रमाणेच दुसऱ्यासाठी झटणं हा माझ्या जीवनाचा अविभाज्य हिस्सा होता. सेवा ही काही फावल्या वेळात करण्यासारखी गोष्ट नसते. सेवा करणं हे माझ्या आयुष्यामधलं ध्येयच होतं, यात वादच नव्हता. या संदर्भात, दर वेळी तुम्ही यश मिळवण्यासाठी वचनबद्ध नसता. मात्र प्रयत्न करण्यात वचनबद्धता ठेवावीच लागते. दररोज अगदी नित्यनेमानं एखादी तरी चांगलं कृती करावीच लागते.'

मेरियन राईट एडेलमन

१९७० च्या दशकात अँकरेज पोलीस विभागात पहिली महिला गस्तअधिकारी या पदावर माझी नियुक्ती झाली होती. कौटुंबिक अत्याचाराच्या हजारो घटनांसाठी जेव्हा फोन यायचा, तेव्हा त्या त्या जागी मला पहिली काही वर्षं पाठवलं जायचं. एकदा मला अँकरेज गावातल्या गुन्हेगारीचं प्रमाण– विशेषत: बंदुकीचा वापर करणाऱ्यांची भरपूर संख्या असलेल्या स्पेनार्ड भागात पाठवलं होतं.

थँक्सगिव्हिंगच्या सणानंतरच्या शनिवारची ती मध्यरात्र होती. बर्फ पडणं थांबलं असलं, तरी आधीच्या पडलेल्या बर्फानं आणि भन्नाट वाऱ्यामुळे रस्ते निसरडे झालेले होते. त्या वेळी फक्त पाच पोलीस अधिकारी आणि एक सार्जंट एवढेच जण ड्युटीवर होते.

रात्री अकरा वाजता सार्जंट गमतीच्या सुरात मला म्हणाला, ''फार खोलवर तपास न करता, तिथे न रमता लवकर परत ये बरं का.'' कारण कौटुंबिक छळाच्या घटनास्थळी जास्त वेळ थांबून राहण्यासाठी मी प्रसिद्ध होते. 'सॅनहोजे क्रायसिस इंटरवेन्शन मेथड' हा एक आठवड्याचा खास शिक्षणक्रम मी पूर्ण केला होता. गुन्ह्याच्या घटनास्थळी ढवळाढवळ करणाऱ्या त्या पध्दतीमध्ये गुन्हेगारांचं समुपदेशन

करणं, मार्गदर्शनासाठी त्याला योग्य जागी पाठवण्यासाठी निर्णय घेणं या गोष्टी अंतर्भूत असायच्या; परंतु अशा पद्धतीचा अवलंब करणं, आमच्या विभागासाठी महागात पडलं असतं, असा निर्णय आमच्या वरिष्ठांनी घेतला होता. पण ज्या दांपत्यांची ऐकायची तयारी असायची, त्यांना भांडणं सोडवण्यासाठी मदत करायला मला आवडायची. परंतु गुन्ह्याच्या घटनास्थळी एकदा जाऊन आलं, की परत त्याच जागी जाणं, हे आमच्या पोलिसी खाक्यामध्ये बसायचं नाही.

त्या अंधाऱ्या घराजवळ आल्यावर माझ्या दृष्टीस काय पडणार होतं, याची मला कल्पना नव्हती. आतमध्ये काही वादविवाद चालू होते वा भांडणाचे आवाज येत होते का, हे मी बाहेरनंच कान देऊन ऐकण्याचा प्रयत्न करू लागले; पण काहीच ऐकू आलं नाही. साठलेल्या बर्फावरनं घरापर्यंत आत जाताना मला त्रास पडत होता, पण कसंतरी करून हळूहळू मी घराच्या दाराजवळ पोचून हळूच आत शिरले. स्वयंपाकघराच्या फरशीवर एक स्त्री बसलेली मी पाहिली. तिच्या उजव्या हाताजवळ एक पिस्तूल ठेवलेलं होतं. ती क्षीण आवाजात रडत होती म्हणजेच रडून रडून अश्रू वाळून ती केवळ उसासे टाकत होती. मला बघून तिनं विचारलं, ''काय हवंय तुम्हाला? मला शांतीनं मरू का देत नाही?'' मी पटकन ते पिस्तूल उचलून घेऊन त्यातल्या गोळ्या काढून घेतल्या आणि दिव्याचं बटन शोधू लागले. तिच्यापासनं अंदाजे दोन फूट अंतरावर एक लांबलचक सुरी पडलेली दिसत होती. तीही उचलून घेऊन त्या बाईची पूर्ण झडती घेऊन, मला सगळी हत्यारं ताब्यात मिळाल्याची खात्री मी करून घेतली. तिला तिथेच फरशीवर रडत ठेवून सुरी आणि पिस्तूल घेऊन मी सगळ्या घराची झडती घेतली. घरात कोणी नव्हतं.

मी स्वयंपाकघरात परत आले आणि तिला हातानं उठवून उभं करण्याचा प्रयत्न करू लागले; तर ती ओरडू लागली, ''तुम्ही मला थांबवू शकत नाही. मला मरून जायचंय!'' ती सात-आठ महिन्यांची गरोदर होती, असं लक्षात येत होतं. मी तिला विचारलं, ''अगं मग जन्माला येणाऱ्या बाळाच्या आयुष्याचं काय?''

ती तशीच हुंदके देत राहिली आणि एकीकडे सगळ्या अडचणींचा पाढा वाचू लागली. तिच्या हातात नोकरी नव्हती. आर्थिक कमाई शून्य होती. त्या कडाक्याच्या थंडीत तिच्या घरातली वीज सोमवारपासनं तोडली जाणार होती आणि तिच्या प्रियकरानं तिला खूप मारहाण केलेली होती. तिचा डावा डोळा सुजला होता. अंगातला गाऊन फाटला होता आणि स्वत:चा बचाव करताना तिच्या हातावर जखमा झालेल्या दिसत होत्या. तिच्या डोळ्याला गार बर्फ लावण्यासाठी म्हणून मी फ्रिज उघडला. आतमध्ये एकही खायची वस्तू नव्हती. बर्फ काढून तो मी टॉवेलमध्ये घातला आणि तेवढ्यात तिनं माझ्या हातातनं टॉवेल हिसकावून घेऊन स्वत:च तो डोळ्यावर ठेवला. वसकन परत माझ्यावर ओरडली, ''मला कोणाच्याही मदतीची गरज नाहीये, सांगून ठेवते!''

तिच्या येणाऱ्या बाळाबद्दल मी विचारलं. तिचे नातेवाईक कुठे राहत होते? तिला मारहाण करणाऱ्या माणसाबद्दल ती माझ्याशी बोलली. त्याच्याविरुद्ध तिला फिर्याद करायची होती का, असं मी तिला विचारलं. तिनं उत्तर दिलं, "तो काय लगेचच जेलमधनं सुटून, बाहेर येऊन परत मला मारहाण करेल." त्या संशयित गुन्हेगाराबद्दलची माहिती मात्र तिनं नाखुशीनंच दिली. डॉक्टरांकडे किंवा हॉस्पिटलमध्येही जाण्यास तिनं नकार दिला.

पंधरा मिनिटं झाली. मला पोलीसचौकीवरनं फोन आला आणि विचारणा केली, की दुसऱ्या एका घटनास्थळी मी लवकरात लवकर किती वेळात जाऊ शकणार होते.

त्या स्त्रीला मी विचारलं, की मी तिच्यासोबत म्हणून कोणाला बोलावू शकत होते का? आत्महत्या करण्यासाठी घरात ती दुसरं एखादं हत्यार शोधण्याची शक्यता नाकारता येत नसल्यानं मला तिला एकटं ठेवायचं नव्हतं. मी तिच्या एका मैत्रिणीला आणि एका पाद्रीसाहेबांना फोन केला. माझी त्या पाद्रीसाहेबांशी एका कार्यक्रमात ओळख झाली होती.

ते दोघं तिथे पोचेपर्यंत आम्ही थांबून राहिलो, तेव्हा मी तिच्या हाती एक कागद आणि पेन दिलं आणि मी सांगेन ते फोननंबर तिला लिहून घेण्यास सांगितलं. तिची मैत्रीण पोचेपर्यंत, मी जे नंबर दिले होते; त्यांपैकी कौटुंबिक अत्याचाराबद्दल समुपदेशन करणारे, सामाजिक कार्यकर्ते यांना ती फोन करून त्यांच्या मदतीनं येणाऱ्या बाळाच्या संगोपनासाठी आर्थिक मदत मागण्यासाठी अर्ज करू शकली असती. एखाद्या गरोदर बाईला नोकरीवर ठेवू शकणाऱ्या लोकांबद्दल आम्ही चर्चा केली. त्यांची नावं आणि फोननंबर तिनं लिहून घेतले. नाताळनंतर तिच्या बाळंतपणाची वेळ भरणार होती. त्यामुळे तोपर्यंत एखादी तात्पुरती नोकरी तिला मिळू शकेल असं मी तिला सुचवलं. अँकरेज आर्ट्स काउन्सिलमध्ये काम करण्यास तिला मनापासनं आवडेल, असं तिनं सांगितलं. तिथे होणाऱ्या कार्यक्रमांसाठी स्टेजवर वेगवेगळे सेट्स बनवले जायचे. चला, काही काळासाठी का होईना, स्वत:ला संपवून टाकण्याचे विचार झटकून ती तिच्या भविष्याबद्दल विचार तर करायला लागली होती!

तिची मैत्रीण कॉफी बनवत असताना पाद्रीसाहेब येऊन पोचले. मी तिला हॉस्पिटलमध्ये घेऊन जाण्यासाठी त्यांना विनंती केली. पिस्तूल आणि सुरी सुरक्षित जागी ठेवण्यासाठी बरोबर घेऊन मी तिथनं निघाले. या सगळ्या प्रकारात मला तिथे येऊन पन्नास मिनिटं होऊन गेली होती.

ती रात्रपाळी संपल्यावर मला विचारण्यात आलं, की स्पेनार्ड भागातल्या त्या घटनास्थळी मला एवढा वेळ का लागला होता? इतर अधिकारी कान देऊन ऐकत

होते. परत एकदा माझी कानउघडणी होणार, असा विचारही करत असावेत. मी स्पष्टच बोलून टाकलं, ''मी जास्त वेळ तिथे घालवून उलट आपल्या विभागाचे शेकडो डॉलर्स वाचवलेच आहेत. आत्महत्या प्रयत्नाचा तडा लावण्याच्या टीमला बोलावण्याची मुळीच गरज नव्हती व आम्हीही परत त्या घटनास्थळी भेट देण्याची आवश्यकता नव्हती.''

''बरं ठीक आहे. या वेळेला माफ केलंय तुला'', असं म्हणत वरिष्ठ अधिकाऱ्यानं माझ्याकडे बघून डोळे मिचकावले.

त्या घटनेनंतर मला तिथे बोलावलं होतं, ही गोष्टही सगळेजण लवकरच विसरूनही गेले; कारण पाठोपाठ इतर अनेक सनसनाटी घटना घडतच होत्या आणि इकडून तिकडून मला बोलावणी येतच राहिली होती.

लवकरच 'फर राँडी' नावाच्या स्थानिक उत्सवाचे दिवस जवळ आले. दर वर्षी फेब्रुवारी महिन्यातले अकरा दिवस अँकरेज हे गाव पर्यटकांनी गजबजून जात असतं. जवळपासचे तसंच लांबूनही, इथे खूप मोठ्या प्रमाणावर बर्फावर चालणाऱ्या कुत्र्यांच्या गाड्यांच्या शर्यती बघण्यासाठी लोक येत असतात. अनेकजण शर्यतीत भाग घेऊन आपलं कौशल्य आजमावून बघतात, तर कोणी भरपूर मदिरापान करण्याच्या एकाच उद्देशानं येत असतात. हिवाळ्याच्या दिवसातली अलास्का राज्यातर्फे जनतेला दिली जाणारी ही एक जंगी पार्टीच असते. पोलिसवर्गासाठी मात्र हे दिवस म्हणजे जास्तीचं काम, उशिरापर्यंत चालणारी दिवसपाळी, रात्रपाळी; इच्छा असो वा नसो, पण एवढं काम करणं भागच असतं. पोलिसांना 'फरराँडी'चे कार्यक्रम बघण्याचं सुख म्हणजे, काम करत असताना जेवढं काय नजरेस पडेल, तेवढंच असतं.

माझ्या मोठ्या मुलांना 'फर रॉडी'च्या कार्यक्रमांपैकी नाटक बघण्यास खूप आवडायचं. म्हणून एका रविवारी संध्याकाळी आम्ही ते बघण्यासाठी गेलो.

मध्यंतरामध्ये मी आणि माझी मुलगी शीला स्वच्छतागृहात जाऊन तिथे रांगेत उभ्या असताना, एक स्त्री टॉयलेटमधनं बाहेर आली आणि मला बघून आश्चर्यानं म्हणाली, "ओह, ॲनी तू!" माझ्याजवळ येऊन तिनं मला प्रेमानं मिठी मारली. मी तिला ओळखलं नसल्याने अचानक झालेल्या त्या प्रकाराने मी चकितच झाले.

आपलं नाव सांगून ती मला म्हणाली की; त्या नाटकासाठी विद्युतव्यवस्थेचं, लायटिंगचं काम तीच बघत होती. अचानक मला आठवलं आणि मी तिला विचारलं, की पूर्वी ती स्पेनार्ड रोडवर राहायची का. तिनं हसून होकारार्थी मान हलवली. तिला छानशी मुलगी झाली होती. त्या रात्रीनंतर तिनं तिच्या त्या दुष्ट प्रियकराचं तोंडदेखील पाहिलं नाही. तिला कायमस्वरूपी नोकरीही मिळाली होती. भविष्यातल्या तिच्या योजनांबद्दल तिनं तेवढ्या वेळात बरंच काही सांगितलं.

अकरा वर्षांच्या शीलाची आणि तिची मी ओळख करून दिली. शीलानं तिला विचारलं "माझी आई तुमच्या ओळखीची कशी?" त्यावर ती म्हणाली, "तुझ्या आईनं मला वाचवलंय." तिचं ते वाक्य ऐकून स्वच्छतागृहामध्ये असलेल्या इतर बायकांनीही कान टवकारले. पुढे ती असंदेखील म्हणाली, "ही जर तेव्हा तिथे आली नसती, तर आज मी जिवंत दिसलेच नसते." जरा गप्पा करून ती तिच्या कामावर निघून गेली.

आम्ही जागेवर परत येऊन बसल्यावर शीलानं आपल्या भावांना त्या स्त्रीबद्दल सगळं सविस्तररित्या सांगितलं. मध्यंतरानंतरचं नाटक परत सुरू होतच होतं, तेव्हा काही सांगण्यासाठी म्हणून शीलानं माझ्या दिशेनं मान फिरवली. माझ्या डोळ्यांमधनं वाहणारे अश्रू बघून ती धास्तावूनच गेली. "आई, ए आई, काय झालं अगं?" मी हळूच तिला म्हणाले, "आजपर्यंत कोणीच अशा प्रकारे माझे आभार मानले नव्हते, नं म्हणून!"

गुप्त पोलीस – ॲनी निवेल
Unexpected

विखुरलेल्या गतस्मृती

'आयुष्यात जे काही घडत असतं; त्यामागे नक्कीच काहीतरी कारण, उद्देश असतो, हे मानण्याइतपत तरी तुमच्या मनात श्रद्धा असलीच पाहिजे. दुःख सहन करणं मला आवडेल, असं मी नाही म्हणू शकत; पण एका अर्थी प्रत्येकानं दुःख भोगलंच पाहिजे कारण दुःखातनं पार पडतानाच तर तुम्हाला धैर्य मिळतं आणि नंतर आनंदप्राप्ती होत असते.'

कॅरॉल बर्नेट

अडीच दशकानंतर आता कुठे अश्रू मुक्तपणे वाहत आहेत. व्हिएतनामच्या युद्धात आम्ही जे काही गमावलं – आमचे नातलग, जिवलग मित्र-मैत्रिणी आणि आमची निरागसता! झालेल्या या हानीमुळे मन निश्चितच दुःखी होत आहे.

मी काही कोणी मोठी प्रसिद्ध हिरॉईन नाहीये, की शूर वीरांगना नाही. लष्करातल्या वैद्यकीय पथकात नर्स म्हणून मी प्रवेश केला होता. आम्हाला युरोपला जाण्याची संधी मिळेल, असं आश्वासन भरती करून घेणाऱ्या माणसाने दिलेलं होतं. मी वयाने केवळ एकवीस वर्षांची होते आणि मला हुकूम मिळाला, तो व्हिएतनाम देशात जाण्याचा. मोजून तीनशे चौसष्ट दिवस राहिले होते मी तिथे. आजारी, जखमी आणि मृत्युपंथी लागलेल्या अनेक लोकांची मी सेवाशुश्रूषा केली. माझ्यापरीनं होईल तेवढ्या उत्तम तऱ्हेनं मी माझं कर्तव्य पार पाडलं होतं, परंतु त्याबद्दलची जाणीव मात्र आता होत आहे.

गेली वीस वर्षं मी तिथल्या वर्षभराच्या वास्तव्याबद्दल, त्या काळाबद्दल की त्या जागेबद्दल कोणाजवळही एक शब्ददेखील बोलले नव्हते. माझा राग, माझ्या स्मृती मी मनात खोलवर गाडून टाकल्या होत्या व माझ्या अस्तित्वाचा तो हिस्सा, खूप खूप खोलवरचा हिस्सा, जो मला पूर्णपणे विसरायचा होता व शांत जीवन जगायचं होतं.

मी सू बरोबर मात्र एकदा त्याबद्दल बोलले होते, कारण तेव्हा तीपण तिकडे होती. लष्करात आरक्षित म्हणून ठेवलेल्यांना अनेक वर्षांनंतर परत कामावर रुजू होण्यासाठी बोलावणं आलं होतं. परत एकदा युद्धाचे ते खास कपडे, विशिष्ट प्रकारचे बूट, युद्धाचा सराव, व्यायाम अशा वातावरणात आम्ही दोघीच एकमेकींच्या आधारानं राहत होतो. जुन्या कटू स्मृतींवर चर्चा न करता आम्ही युद्धामधल्या गमतीशीर घटना एकमेकींना सांगून हसत बसायचो. बोलता बोलता एकीला जुनं काही आठवलं की ती त्याबद्दल बोलायची आणि मग आम्हा दोघींना रडू आवरायचं नाही. काही महिन्यांतनं एकदा किंवा वर्षातनं एकदा तरी अशा प्रकारे आम्ही हळव्या होऊन जायचो.

१९८२ साली व्हिएतनाम व्हेटेरन्स मेमोरियल (The wall) आमच्या देशाच्या राजधानीमध्ये उभारलं गेलं. व्हिएतनाममध्ये लढलेल्या आणि युद्धात कामी आलेल्यांच्या स्मृतीसाठी ते स्मारक उभारलं होतं. मी त्या स्मारकाचे फोटो पाहिले होते. तसंच टीव्हीवर आणि मासिकांमधनं जिवंत जुन्या योद्ध्यांना बघण्याची संधी मिळाली होती. गतस्मृतींनी अश्रूंच्या पलीकडे जाऊन माझ्या मनात अनेक भावना उचंबळवल्या होत्या. त्या युद्धात सहभागी झालेल्या इतरांसारखंच मलाही वाटत होतं, की अजूनही युद्धाच्या स्मृती पुसल्या गेलेल्या नव्हत्या. त्या स्मारकाला भेट देणं प्रत्येकाला गरजेचं वाटत होतं. का भेट द्यायची होती त्याचं कारण माहिती नव्हतं, पण भेट दिलीच पाहिजे, एवढंच समजत होतं. ती प्रचंड भिंत (wall) आम्हाला खुणावत होती.

मनातली इच्छा अंमलात आणण्यासाठी मला तब्बल पाच वर्षं लागली. मी आणि सू मिळून तिथे गेलो होतो. सुरुवातीला आम्ही स्मारकापासनं दूरवर झाडीमध्येच थांबून राहिलो. मग त्या भिंतीच्या मागच्या बाजूस असलेल्या हिरवळीवर बसून वेळ काढला. भेट द्यायला आलेली इतर अनेक मंडळी तिथून दिसत होती. हातात हात घालून, एकमेकींच्या सोबतीनं शेवटी रात्रीच्या वेळी आम्ही दोघींनी समोरच्या बाजूला जाऊन स्मारकाचं दर्शन घेतलं. लगेच परत फिरण्याचा विचार मनात येत होता, पण तरी त्या भिंतीवर कोरलेली एकूणएक नावं आम्ही वाचून काढली. रात्रीच्या अंधारात डोळ्यांतले अश्रू मात्र लपवू शकलो होतो. तेव्हा तिथे आम्ही एकमेकींशी युद्धाबद्दल काही बोलत नव्हतो. आम्ही दोघींनीही व्हिएतनाम युद्धात भाग घेतला होता, हे कळावं, अशा उद्देशानं ना आम्ही गणवेश चढवलेला होता, की त्याबद्दल तोंडातनं काही शब्द निघत होते.

१९९२ मध्ये त्या स्मारकाला दहा वर्षं पूर्ण होणार होती. परत भेट देण्यासाठी सू येऊ शकणार नव्हती, पण मी मात्र तोपर्यंत कधीही न केलेल्या अशा दोन गोष्टी केल्या– एकतर मी एकटीच तिथे गेले आणि दुसरी गोष्ट म्हणजे मी मुद्दामच माझा

गणवेश घालून गेले. सध्याचा चालू गणवेश, त्यावर अडकवलेले वेगवेगळे बिल्ले आणि लेफ्टनंट कर्नलच्या हुद्द्याची निशाणी यावरनं लष्करात नोकरी करणाऱ्यांना या व्यक्तीची पूर्ण ओळख पटत असते. तिथे पोचल्यावर मला जो काही अनुभव मिळाला, तसं कधी घडू शकतं, असं भाकितही मी केलं नव्हतं. त्याच रात्री मी तिथनं सूला पत्र लिहिलं.

'मी स्मारकाला भेट दिली, तेव्हा मनानं तू माझ्याजवळ होतीस. तिथे एकटीनं जाण्यात मी धैर्य दाखवलं होतं; परंतु जाण्याचा अधिकार होता, अशी खात्री मात्र वाटत नव्हती. वरकरणी हिंमत दाखवण्याचं मी नाटकच केलं होतं. उगाच युद्ध काळातला, जुना, जीर्ण झालेला, रंग उडालेला गणवेश घालून; उन्हानं फिक्की झालेली टोपी असलं काही न घालता, मी आपला सध्याचा गणवेश घालून मोठ्या अभिमानानं (अखेरीस वाटलाच अभिमान) गर्दीमध्ये ताठ मानेनी उभी होते. माझ्या छातीवरचे निरनिराळे बिल्ले, फिती बघूनच लक्षात येत होतं की 'मीसुद्धा युद्धात भाग घेतलेल्यांपैकीच एक होते. मी तुम्हा सर्वांसाठी नर्सचं काम करत होते. माझा मान राखून आपणहून येऊन मला भेटा. कृपा करून माझ्या मनावरच्या जखमा बुजवण्यात मदत करा माझी.'

'आणि खरंच, तसंच झालं बघ. मुद्दाम जवळ येऊन खूप जण भेटले. सू, तुझ्यासाठीदेखील आले होते अगं ते. खरंच सू. तू जर हजर राहू शकली असतीस...तर! तुला नक्की भरून आलं असतं. तिथे जाऊन, इतरांना भेटून मला जे गवसलं; ते खरं म्हणजे, तुलाही गवसायला हवं होतं सखे! अरे देवा, इतक्या मोठ्या काळासाठी खोलवर दाबून ठेवलेले, हसण्यात दडवलेले अश्रू वाहू देण्यात किती बरं वाटलं म्हणून तुला सांगू! चाळिशी ओलांडलेले ते योद्धे त्यांच्या वयाच्या मानानं खूप वयस्कर वाटत होते. तरी काही जणांचे डोळे बघून त्या डोळ्यांची ओळख पटत होती. डोळ्यातल्या वेदना मात्र अजूनही तशाच होत्या. मला जवळ घेऊन त्यांनी घट्ट मिठी मारली, बोलण्याचा प्रयत्न केला. चेहऱ्यावर स्मितहास्य आणण्याच्या प्रयत्नात त्यांच्या डोळ्यातनं अश्रू वाहत होते. तूही त्यांना आठवत होतीस, कारण तू शुश्रूषा केली होतीस नं त्यांची. त्याबद्दल ते कृतज्ञ आहेत, असा त्यांचा निरोप आहे तुला. त्यांच्यापैकी काही जणांचा तू जीव वाचवला होतास. काहींच्या मित्रांची तू खूप काळजी घेतली होतीस. तू नर्स होतीस नं त्यांची. आजही सगळ्यांची तेवढीच माया, तेवढंच प्रेम, आपुलकी आहे तुझ्यावर.

'त्या गर्दीमध्ये एका व्यक्तीला कोपऱ्यात दूर दूर उभं राहताना मी बघत होते. नंतर त्यांच्या मित्रानं त्यांना पुढे आणलं. जखमी झाल्यामुळे हात कायमचे वेडेवाकडे आणि अधू झालेले असले, तरी शहाऐंशीव्या वर्षीदेखील ताठ मानेनी माझ्यासमोर उभं राहून त्यांनी मला सॅल्यूट (सलाम) केला. हसून त्यांच्याकडे बघताना माझे

डोळे भरून आले व तशाच अवस्थेत मीही त्यांना सॅल्यूट केला. रडू फुटेल की काय, अशी त्यांना धास्ती वाटत होती. मी कडकडून त्यांना मिठी मारली. त्यांच्या मित्रानं आमचे फोटो काढले. त्यांच्या 'थँक यू' या दोन शब्दांत सगळं सामावलं होतं.

'ते सगळं पूर्वी घडून गेल्यासारखी विचित्र भावना मनात निर्माण होत होती. तुला आठवतं का लष्करी अधिकारी कसे आपले फोटो काढायचे? आजही ते काढत असतात बरं का! इतरांच्या नजरा आपल्यावर खिळलेल्या असायच्या आणि आपणही त्यांच्या नजरेला नजर मिळवण्याची कला शिकलो होतो आणि त्या नजरेनी सूचित करायचो – 'ठीक आहे. तू बरा होणार आहेस नक्की!'

'त्या स्मारकाच्या भिंतीचं अवलोकन करणं, जवळ उभं राहणं, त्यावरती कोरलेल्या नावाचं अस्तित्व जाणवणं, नसलेल्यांची गैरहजेरी जाणवणं हे सगळं आता एवढं कठीण वाटत नाही. आपली मन:स्थिती पूर्ववत होणारेय आता. माझ्या सखे – आपल्या मनाच्या जखमांवर खपली धरणार आहे अगं आता...आपल्याला शक्य होतं तेवढं आपण केलं. त्या अनेक जणांच्या हृदयाला मायेनी हात घातला, हे त्यापेक्षा महत्त्वाचं.

'पुढच्या वर्षी व्हिएतनाम युद्धात भाग घेतलेल्या स्त्रियांसाठी खास स्मारक उभारलं जाणार आहे, तेव्हा आपण दोघी जातीने तिथं हजर राहू या आणि मग मनात कल्पिलेल्या स्वत:मधल्या उणिवा, अनादर, मानवी मनोदौर्बल्य यासाठी स्वत:ला क्षमा करूया. या मानसिक ताणातून आपण आपल्यालाच बाहेर काढण्याची प्रक्रिया सुरू करूया, आणि गतस्मृतींपासनं सुटका करवून घेऊन मन:शांती संपादन करून घेऊ या.

तुझ्यावर सदैव माया करणारी,

तुझी सखी.'

१९९३ मध्ये व्हिएतनाम युद्धात भाग घेतलेल्या महिला योद्ध्यांच्या स्मरणार्थ उभं राहिलेलं स्मारक राजधानी वॉशिंग्टन डी.सी.मध्ये राष्ट्राला अर्पण करण्यात आलं. हजारो स्त्रियांनी तो सोहळा पाहिला आणि त्यांचं हृदय भरून आलं होतं. नर्सेस; रेडक्रॉस कार्यकर्त्या; करमणुकीचे कार्यक्रम करणाऱ्या; अन्नधान्यपुरवठा, सर्वसामान्य व्यवस्था, व्यूहशास्त्र, हेरखातं अशा अनेक विभागात काम करणाऱ्या आम्ही स्त्रियांनी मिरवणुकीत भाग घेतला होता. रस्त्याच्या दुतर्फा उभं राहून लोक टाळ्या वाजवत होते, अश्रू ढाळत होते. एक पुरुष अधिकारी झाडावर चढून तिथून 'थँक यू, थँक यू' अशा आरोळ्या ठोकून, आम्हा सर्वांबद्दल वाटणारी कृतज्ञता व्यक्त करत होता. वायुदलातला एक अधिकारी विमानउड्डाणाचा खास वेश घालून, दोन तासांपेक्षा जास्त वेळ सॅल्यूट करत तसाच उभा होता. लोक आम्हाला

प्रेमभराने फुलं देत होते, मिठ्या मारत होते. युद्धात तेव्हा जखमी झालेल्या एका अधिकाऱ्याच्या हातात, तेव्हा त्याची सेवा करणाऱ्या नर्सचा फोटो होता. जुलै १९६४ मध्ये काढलेला फोटो होता तो. मिरवणुकीत तो तिचा शोध घेण्याचा प्रयत्न करत होता.

त्या काळात बरोबर काम केलेल्या अनेकजणी एकमेकींना शोधून काढून भेटल्या. आम्ही दोघीच काही वेगळ्या नव्हतो. तसंच आम्ही अनामिक भीतीने, चिंतेनी ग्रासून जाऊन विचित्र वागत नव्हतो; याचीदेखील आम्हाला खात्री पटली. त्या दु:खातनं बाहेर येण्यासाठी त्यापुढे आम्हाला खूप प्रयत्न करावे लागणार होते, याची जास्त तीव्रपणे जाणीव झाली. एकमेकींशी मग मोकळेपणानं बोलल्यामुळे मन हलकं होऊ लागलं होतं. आपापसात बोलताना दु:खावेगाने अश्रूही गळत होते आणि सांत्वनही केलं जात होतं. आता इतक्या वर्षांनंतर अपराधीपणाच्या जाणिवेतनं बाहेर येण्याची प्रक्रिया अखेरीस सुरू झाली आहे. आम्ही एकमेकींना जवळ घेऊन म्हणतो, ''आपल्या घरी तुझं स्वागत आहे.''

लेफ्टनंट कर्नल जॉनिस ए. नार्क
Scattered Memories

बर्फ पडलं तर काय झालं?

'विचारपूर्वक आणि जबाबदारीने वागणाऱ्या लोकांचा लहानसा समूह जगावेगळी कृती करू शकतो, याबद्दल मनात शंकाही बाळगू नये; कारण खरंच अशी जगावेगळी कृती घडते, हे सत्य आहे.'

मार्गरिट मीड

एखाद्या गरीब लहान मुलाच्या पालनपोषणाची सर्व जबाबदारी जसं एखादं संपूर्ण खेडेगाव घेतं, त्याचप्रमाणे १९९४ सालाच्या सतरा जानेवारी या दिवशी एक संपूर्ण खेडंच एका लहानगीचा जीव वाचवण्यासाठी एकजात पुढे सरसावलं होतं.

बार्बरा श्मिट कॉफी पीत पीत बाहेर साठलेल्या बर्फाच्या ढिगाकडे खिडकीतून बघत होती. केंटकी राज्यामधलं ल्युईजव्हिल गाव दोन फूट उंचीचं बर्फ पडल्यामुळे ठप्प झालं होतं, पण बार्बरा आणि तिच्याबरोबर राहणाऱ्या दोन लहान नातींना त्यामुळे काही फरक पडत नव्हता. कारण त्या तिघी घरातल्या उबदार हवेत मस्तपैकी खेळ खेळणार होत्या आणि खिडकीच्या काचेतनं बाहेरचं बर्फाचं वादळही बघणार होत्या. सहा वर्षांची ॲशले खुशीत येऊन बडबड करत बसली होती, पण तिची तीन वर्षांची धाकटी बहीण मिशेल मात्र जरा गप्पगप्पच होती. अमेरिकेमधल्या हजारो रुग्ण मुलांप्रमाणेच तीही दुसऱ्या यकृतरोपणाची वाट बघत होती.

प्रतीक्षा करणं आणि प्रार्थना करणं हा बार्बरा श्मिटचा रोजचा उद्योग होता, पण आज ती जास्तच कळकळीनं देवाचा धावा करत होती. मिशेलची तब्येत झपाट्यानं खालावत होती आणि तिच्या शरीरात तातडीने नवं यकृत लावणं अत्यावश्यक झालं होतं, पण प्रचंड बर्फवर्षावामुळे बाहेरच्या शांततेसारखा तिचा फोनही शांत होता.

सकाळी नऊ वाजता फोन वाजला. बार्बराला हवी असणारीच बातमी होती ती.

ओमाहामधल्या हॉस्पिटलचा फोन होता, की स्वत:चं यकृत दान करणारा एक दाता त्यांना मिळाला होता. ते यकृत मिशेलसाठी अगदी योग्य होतं, असं डॉक्टरांना खात्रीपूर्वक वाटत होतं. त्यामुळे बारा तासांच्या आत मिशेल तिथे पोचलीच पाहिजे, असं त्यांनी सांगितलं.

समजलेल्या बातमीचा आनंद मानावा का निराश व्हावं, हेच बार्बराला समजेना. ज्याची बार्बराला आतुरतेनी प्रतीक्षा होती ते वरदान मिशेलला लाभणार होतं; पण तिकडे सहाशे मैल दूरवरच्या गावात बर्फामुळे त्या अडकून पडलेल्या होत्या. "आमच्या शहरात प्रचंड हिमवर्षाव झाला आहे", फोनवरनं बोलणाऱ्या डॉक्टरांना बार्बरा म्हणाली. "आमच्या इथून विमानतळ सतरा मैल अंतरावर आहे. मोठमोठे ट्रक्सदेखील रस्त्यात अडकून पडले आहेत. आम्ही वेळेवर तिकडे येऊन पोचण्याचा प्रश्नच उद्भवत नाहीये."

"अशी आशा सोडू नका. ओमाहाला पोचण्यासाठी तुमच्याकडे बारा तास आहेत, तेव्हा कसं पोचायचं याचा विचार करायला लागा!" डॉक्टरीणबाई म्हणाल्या.

नशिबानं अजून फोनलाईन्स चालू होत्या. त्यामुळे बार्बरा लगेच कामाला लागली. तिने पहिला फोन केला– शॅरॉन स्टीव्हन्सला. केशकर्तनालय चालवणाऱ्या आणि त्याचबरोबर विशेष गरज असणाऱ्या मुलांना मदत करणारी 'हेअर एंजल्स' ही संस्था चालवणाऱ्या शॅरॉननं, पूर्वीच लिअर जेट कंपनीला कळवून, त्यांचे दोन वैमानिक मिशेलच्या यकृतरोपणाचा दिवस ठरला, की श्मिट कुटुंबाला ओमाहा शहरात घेऊन जातील, अशी पूर्वतयारी करूनच ठेवली होती; पण आता श्मिटच्या घरातनं बाहेर पडून जेट विमान कसं गाठायचं, हा मोठा प्रश्न निर्माण झाला होता.

पण कसंही करून अडचणीवर मात करण्याचा दृढनिश्चय बार्बराइतकाच शॅरॉननेही केला होता. "तू सामान भरून तयार ठेव. कसं जायचं, ते मलाही कळत नाहीये; पण तुम्ही जाणार हे नक्की!"

त्यानंतर रेडिओस्टेशनला फोन करून शॅरॉननं मदत मागितली. WHAS या कंपनीनं लगेच श्रोत्यांना आव्हान केलं की, त्या प्रसंगी कोणाला काही सूचना द्यायच्या असल्यास, त्यांनी लगेच रेडिओस्टेशनला फोन करावा. तेरेसा ॲमशॉफ बाईंनी ते ऐकून लगेच कळवलं, की तिच्या घराशेजारीच असलेल्या चर्चच्या बाहेरची गाड्या लावण्याची जागा हेलिकॉप्टर उतरवण्यास योग्य ठरली असती आणि तिचं घर श्मिटच्या घरापासनं केवळ एका मैलावरच होतं. अमूल्य वेळ भरभर पुढे सरकत होता; पण ॲमशॉफच्या घरातले शेजार-पाजाऱ्यांची दारं ठोठावून, त्या जागेवर पडलेलं बर्फ काढण्यासाठी मदतीचा हात मागू लागले. आधीच प्रत्येकजण आपल्या घरासमोरचं बर्फ काढून थकलेला होता, पण न कुरकुरता सगळे मदतीला पुढे सरसावले. अर्ध्या तासातच पन्नास जणांनी मिळून शून्याखाली गेलेल्या तापमानात, प्रचंड वाऱ्यामध्ये बर्फ काढण्याचं काम करून, ती जागा स्वच्छ करून दिली.

'स्कायकेअर' या कंपनीच्या किम फेल्प्सना कोणीतरी फोन करून त्यांचं हेलिकॉप्टर पाठवण्याची विनंती केली आणि त्यांनी ती विनंती मान्यही केली. चर्चबाहेरची ती जागा हेलिकॉप्टर उतरवायला योग्य झाली होती, याची तिथल्या कर्मचाऱ्यांनी खात्री करून घेतली आणि चर्चपर्यंत डॉक्टरांना घेऊन जाऊन, तिथनं मिशेलसकट सगळ्यांना हेलिकॉप्टरनं विमानतळावर पोचवण्याची व्यवस्था किम स्वतः करू लागले.

मधल्या वेळात बार्बरानं लिअर कंपनीच्या पायलटला – जॅसन स्मिथला फोन करून वेळेवर विमानतळावर पोचण्यास सांगितलं. इतरांसारखं तो आणि त्याचा सहकारी बर्फात अडकून पडले होते, पण कसंही करून तिथे वेळेवर पोचण्याचं आश्वासन त्यानं बार्बराला दिलं. एक पोलीस अधिकारी आणि शेजारचे त्या दोघांना विमानतळावर नेण्यासाठी कबूल झाले.

संध्याकाळ होऊ लागली होती. WHAS नी मिशेल आणि घरच्यांना चर्चपर्यंत पोचवण्यासाठी त्यांची गाडी पाठवली. गाडीनं त्या चर्चपाशी येऊन पोचल्या तेव्हा काळजीपूर्वक साफ करून ठेवलेल्या जागी दीडशे लोक हातात फावडी घेऊन बाजूला केलेल्या बर्फाच्या ढीगापाशी उभे असलेले दिसत होते. अग्निशामक दलाचा एक ट्रक तिथे बोलावून, त्याच्या प्रखर दिव्यांच्या उजेडात हेलिकॉप्टर उतरवण्याची व्यवस्था केली होती. हळूहळू दीडशेचे तीनशे लोक झाले. श्मिट कुटुंब हेलिकॉप्टरमध्ये बसल्यावर सगळ्या जमावानं आनंदात टाळ्यांचा कडकडाट

केला. हात हलवून त्यांना निरोप दिला. ती बर्फाळलेली रात्र त्या प्रसंगाची साक्षी होती.

मिशेलवर केलेलं यकृतरोपण यशस्वी झालं. केवळ वैद्यकीय तज्ज्ञ, संघर्ष करणारी लहान मुलगी आणि हार न मारणाऱ्या तिच्या कुटुंबीयांचंच ते यश होतं, असं नसून – यशाचा सर्वात जास्त वाटा जात होता त्या संपूर्ण खेडेगावाकडे आणि तिथल्या रहिवाशांकडे, ज्यांनी सतरा जानेवारीच्या दिवशी थंडीवाऱ्यात घरातल्या उबदार वातावरणात बसून बाहेर पडलेल्या बर्फाची मजा बघत बसण्याऐवजी, एक उत्कृष्ट कामगिरी करणं पसंत केलं आणि फत्ते करून दाखवलं!

सुझन जी. फे
Snowed In

सुझीची पराकाष्ठा

'आपल्याला हे सहज शक्य आहे, असं जेव्हा खात्रीपूर्वक वाटतं; तेव्हा खरंच ते शक्य होत असतं.'

मॅक्सवेल माल्टझ

एकदा का पालकत्व बहाल झालं; की मुलं ज्या प्रकारे आपल्याकडून शिकत असतात त्याच प्रकारे आपणही मुलांकडनं खूप काही शिकत असतो. आयुष्याच्या मार्गावर केवळ अडथळेच दृष्टीस पडू लागण्याच्या आधीचा आणि स्वत:बद्दल खात्री न वाटण्याचा काळ सुरू होण्यापूर्वीच्या, निरनिराळ्या कल्पना करण्याच्या आपल्या आशावादी गतकाळाची ते आठवण करून देत असतात.

आमची लेक सुझी, पाचवीत असतानाच तिच्यावर जीवन, मृत्यू आणि अनुकंपा याचे धडे गिरवण्याची वेळ आली होती. तिचा वर्गमित्र– जेफ याला रक्ताचा कर्करोग झाला होता. वरचेवर त्याची शाळा तर बुडायचीच, पण जेफ खूप अशक्त झाला होता आणि झपाट्यानं त्याचे सगळे केसही गळून गेले होते. बहुतेक सगळी मुलं एक तर त्याला टाळायला बघायची किंवा त्याची टिंगल करायची, पण सुझीनं मात्र त्याची काळजी घेण्याचा निश्चय केला आणि बघता बघता दोघांच्यात घनिष्ठ मैत्री झाली.

त्याच्या वेदनांचं प्रमाण जरा कमी झालं; की त्या काळात जेफ आणि सुझी एकत्र खेळायचे. अभ्यास करायचे, गप्पा-टप्पा मारायचे. दोघांनी मिळून काही शर्यतीमध्येही भाग घेतला होता. एकमेकांवाचून त्यांना अजिबात करमायचं नाही आणि दूर राहवायचं नाही.

परंतु जेव्हा त्याचा कर्करोग फार पसरू लागला, त्याला परत असह्य वेदना सुरू झाल्या आणि बघता बघता आमच्या सुझीच्या जिवलग मित्राची जीवनज्योत मावळली. तिच्यासाठी तो फार मोठा भयानक धक्का होता. त्या काळात तिच्यामधल्या सर्जनशीलतेचा, असामान्य धैर्याचा, सामर्थ्याचा आम्हाला अविस्मरणीय असा

अनुभव आला. श्रद्धा आणि विश्वासाचं सामर्थ्य नव्याने उमजलं.

लोकांनी कायम जेफची आठवण काढावी, असं काहीतरी करण्याची सुझीला इच्छा झाली. त्याची तब्येत नीट असताना धावण्याच्या शर्यतीमध्ये त्याला खूप रस वाटायचा. 'जेफ कॅस्ट्रो मेमोरिअल रन' अशा नावानं धावण्याच्या शर्यतीचं आयोजन केलं गेलं आणि त्यापासनं होणारा नफा ल्युकेमिया सोसायटीला (रक्ताच्या कर्करोगाबद्दल काम करणारी संस्था) दान करण्याचं तिनं ठरवलं. ती कल्पना तिनं जेव्हा आम्हाला सांगितली, तेव्हा तिचा खूप अभिमान, खूप कौतुक वाटलं, पण आम्ही मुद्दामच जरा सावधगिरीचा पवित्रा घेतला, कारण अशा कार्याचा आवाका किती प्रचंड असतो, याची सुझीला कल्पना नसणार, हे आम्हाला समजत होतं. तसंच तिला काही पूर्वानुभवही नव्हता आणि सगळं कसं काय घडवून आणायचं होतं! याबद्दल तिला माहितीही नव्हती. निधी उभारण्यासाठी शर्यतीचं आयोजन कसं करावं लागतं, हे तर आम्हालाही नीटपणे माहिती नव्हतं. त्यामुळे आम्ही शांतपणे तिचं बोलणं ऐकून घेतलं, पण ती कल्पना सोडून देण्यास तिला अखेरीस आम्ही सांगितलं. दुसऱ्या कोणाची मदत मिळेपर्यंत सुझीचे प्रयत्न चालूच होते, ह्याची आम्हाला पुसटशीही कल्पना आली नव्हती.

आम्हाला काहीच न सांगता सुझी तिच्या शिक्षकांना भेटली होती. सगळ्या शिक्षकांनी तिच्या कल्पनेचं खूप कौतुक केलं, पण ती कल्पना सत्यात उतरवणं किती कठीण होतं, ते त्यांनी तिला समजावून सांगितलं. परिश्रम आणि वेळ तर खर्च होणारच होता; पण महत्त्वाच्या जागेवरच्या मोठ्या लोकांच्या ओळखी होणं आणि कार्यक्रमाच्या आयोजनासाठी पैसा ओतण्यास मोठमोठ्या कंपन्यांनी पुढे येणं, किती गरजेचं होतं, हे सगळं त्यांनी तिला सांगून पाहिलं. तशा प्रकारच्या शर्यतीऐवजी दुसरी एखादी साधी स्पर्धा आयोजित करण्यासाठी त्यांनी तिला सुचवून पाहिलं. सुझीनं सर्व शांतपणे ऐकून घेतलं. त्यावर काहीच भाष्य न करता, तिनं तिची पुढची घोडदौड चालूच ठेवली.

काही आठवड्यांच्या कालावधीनंतर जेव्हा पेप्सी-कोला, कुअर्स आणि इतर काही मान्यवर कंपन्यांकडनं घरी फोन येऊ लागले आणि सुझीबद्दल विचारणा होऊ लागली, तेव्हा आम्ही किती आश्चर्यचकित झालो असू, याची तुम्हालाही कल्पना येऊ शकते. धावण्याच्या शर्यतीसाठी प्रायोजकांची गरज होती, म्हणून त्यांच्याशी संपर्क साधला गेला होता आणि त्यांना त्या कार्यक्रमाची सविस्तर माहिती हवी होती. आमच्या लेकीनं तिच्या स्वप्नपूर्तीची जबाबदारी स्वत:च्या शिरावर घेतली होती हे त्या वेळी आम्हाला उमगलं, तिच्या प्रयत्नांमध्ये आम्ही अडसर घालणार नव्हतो, हेही तेवढंच सत्य होतं. अखेरीस शर्यतीचं आयोजन होणार होतं आणि ते पार पाडण्यात आम्ही तिला हातभार लावणार होतो.

अनेक महिने योजना आखत, अनेकांना एकत्रित करून कामाची विभागणी करत आणि पैशाची तरतूद करत शेवटी 'जेफ कॅस्ट्रो रन फॉर ल्युकेमिया' या नावाखाली धावण्याच्या शर्यतीचं यशस्वीरित्या आयोजन करण्यात आलं. तो प्रकल्प यशस्वी ठरला का? अलबत! वीस हजार डॉलर्सची प्रचंड रक्कम जमा झाली होती. आयोजनाचा खर्च वगळून दहा हजार डॉलर्सचा चेक ल्युकेमिया सोसायटीला मोठ्या अभिमानानं अर्पण करण्यात आला. हे सगळं कसं घडू शकलं, तर केवळ एका छोट्या मुलीमुळेच. तिनं दुसऱ्या छोट्या मुलावर केलेल्या निष्पाप मायेमुळेच आणि तिला तिच्या अंतिम ध्येयापासनं कोणी हटवू शकलं नव्हतं म्हणूनच!

थॉमस आर. ओव्हर्टन
Susie's Run

मनाला सुविचाराची साथ

'यशप्राप्ती ही एक मानसिक स्थिती असते.'

जॉयसी ब्रदर्स

काही वर्षांपूर्वी मी सायकल चालवण्यास शिकलो. फक्त थोड्याफार अंतरावर जाण्यासाठी मी सायकलचा वापर करण्यापलीकडे त्या कौशल्याचा फार काही गांभीर्याने वापर कधी करेन, असं तेव्हा वाटलंदेखील नव्हतं. पण सायकल चालवताना लागणारी शक्ती मी जशी वाढवू लागले होते, तेव्हा जास्त प्रयत्न करून नेटानं खूप लांबपर्यंत सायकल चालवण्याचा मी सराव करावा, असं म्हणून मैत्रिणी मला खूप प्रोत्साहन देऊ लागल्या होत्या. लांबवरचा माझा पहिलाच सायकलप्रवास म्हणजे दीडशे मैल लांबीचा रस्ता (MS 150) पार करण्याची सायकल शर्यत. दर वर्षी अशा शर्यतीचं आयोजन व्हायचं आणि त्यातनं उभा केलेला निधी मल्टिपल सेरॉसिस या व्याधीबद्दलच्या कामाकरता दिला जायचा.

त्या सायकल शर्यतीमध्ये भाग घेण्यासाठी मी नावनोंदणी केली. एकंदरीत ती कल्पना तर भन्नाट वाटत होती– सायकल चालवून एका सत्कार्यासाठी आर्थिक साहाय्य करण्याची! मी उत्साहानं अजून जास्तीचा सराव केला; परंतु शर्यतीचा दिवस जवळ येऊ लागल्यावर, स्वतःबद्दल वाटू लागलेल्या अविश्वासाचं सावट माझ्या वाढलेल्या सहनशक्तीवर पडू लागलं. सत्कार्यासाठी निधी उभारण्यात सहभागी होण्याची माझी तरीही मनापासनं इच्छा होती, पण त्यासाठी सतत दोन दिवस सायकल चालवून शर्यतीत भाग घेणं माझ्या जीवावर आलं होतं.

एका रविवारच्या सुप्रभाती जॉर्जिया राज्यामधल्या शांत डोंगराळ भागात त्या शर्यतीची सुरुवात झाली आणि पहिले काही तास सायकल चालवण्यात मला खूप मजा येत होती. अशाच मजेदार अनुभवाची मी अपेक्षा केलेली होती. माझा उत्साह ओसंडून वाहत होता, पण दिवस मावळता मावळता मात्र मी पार गलितगात्र होऊन गेले आणि मनातल्या मनात माझी चिडचिड सुरू झाली.

एकदा का मनाची तशी धारणा बनली, की त्यानुसार शरीरावरही परिणाम दिसू लागतो; याचं ते ज्वलंत उदाहरण होतं. माझ्या मेंदूनं एकेक सबब दाखवायला सुरुवात केली आणि परिणामी ती सबब माझ्या पायातनं पार खालपर्यंत जाऊन आपले प्रताप दाखवू लागली. 'माझ्यानं होणारच नाही आता', असा विचार मनात घोळायला लागल्यावर आपसूकच पायात गोळे येऊ लागले. 'इतर सगळे माझ्यापेक्षा सायकल चालवण्यात जास्त पटाईत आहेत', या सबबीचं तर रूपांतर झालं होतं मला चक्क धाप लागण्यात! शर्यत अर्धवट मध्येच सोडून द्यावी लागणार, याबद्दल माझ्या मनात अजिबात शंका राहिली नव्हती.

तोपर्यंत एकीकडे सायकल चालवणं सुरुच होतं. एका टेकडीच्या माथ्यावर येऊन पोचल्यावर समोर दिसणारा मनमोहक सूर्यास्त बघून, थोड्या वेळासाठी का होईना, पण माझा उत्साह थोडासा वाढला होता. खूप दूरवर, लालभडक सूर्याच्या पार्श्वभूमीवर सावकाशपणे एकटीच सायकल चालवत जाणारी एक मुलगी मला दिसू लागली. दुरून समजत होतं, की इतरांपेक्षा ती थोडी वेगळी होती, पण मला असं का वाटत होतं, ते कळेना. खात्री करून घेण्यासाठी मी सायकल पिटाळत तिला गाठण्याचा प्रयत्न करू लागले आणि करता करता अखेरीस मला ती भेटलीच. सावकाश पण एकाच गतीमध्ये काळजीपूर्वक सायकल चालवत जाणाऱ्या त्या मुलीच्या चेहेऱ्यावरती एक निग्रही स्मितहास्य झळकत होतं आणि तिला... तिला फक्त एकच पाय होता.

त्या क्षणी माझ्या विचारशक्तीत आमूलाग्र बदल झाला. दिवसभर मी माझ्या शारीरिक कुवतीबद्दल मनात शंकानुशंका काढत राहिले होते, पण नंतर मला समजायला लागलं; की माझं लक्ष्य गाठण्यासाठी शारीरिक सामर्थ्यापेक्षा माझी

इच्छाशक्तीच खऱ्या अर्थानं उपयोगी पडणार होती. मला यश मिळवून देणार होती.

शर्यतीच्या दुसऱ्या दिवशी पाऊस पडायला लागला होता. एका पायानं सायकल चालवणारी ती सायकलपटू मला नंतर कधीच दिसली नाही, पण मी कुरकुर न करता सायकल चालवत राहिले. ती सतत माझ्या जवळपासच कुठेतरी होती, असाच भास मला होत राहिला होता. दुसऱ्या दिवशीच्या अखेरीस दीडशे मैलांचं ते अंतर कापण्यात मी खरंच यशस्वी झाले आणि तेदेखील अजिबात न थकता!

कॅथी हिगिन्स

The Right Thoughts Riding in My Mind

कथा कुत्र्याच्या धाडसाची

खिडकीमधनं बाहेर बघत असताना, भरपूर बर्फ पडल्यामुळे खंजीर लोंबकळल्याप्रमाणे त्याचे सुळके माझ्या नजरेस भासत होते. १९६८ च्या हिवाळ्यातल्या त्या दिवशी मी प्रथमच फ्रिटझीला बघितलं होतं. घरचे आम्ही सगळे मिळून आमच्या मोठ्या गाडीत कोंबून बसलो होतो. त्या सकाळच्या प्रहरी मक्याच्या थिजलेल्या शेतातनं, बर्फ जमलेल्या नाल्यामधनं गाडी काढत आमच्या गावाच्या प्राणिघराकडे जात होतो. आम्हा सर्वांसाठी तिथनं एक छानसा कुत्रा घेण्यासाठी आम्ही निघालो होतो.

मी गाडीच्या खिडकीच्या काचेवर नाक दाबून बाहेर बघत होतो. ती थंडगार काच माझ्या उच्छ्वासाने भरून टाकत होतो आणि मिळणाऱ्या कुत्र्याचा विचार करण्यात दंग होतो. 'तो हस्तांदोलन करेल का, गवतात गडबडा लोळेल का, खारीच्या मागे धावेल का?' ती जागा जवळ येऊ लागल्यावर माझ्या लक्षात आलं, की थोड्याच वेळात कित्येक दिवसांपासनं बाळगलेली इच्छा पूर्ण होणार होती. मला माझा असा कुत्रा मिळणार होता!

प्राणिघरामध्ये शिरताच सगळीकडून ऐकू येणारा कोलाहल कानावर आदळत होता. जोरजोरात भुंकणाऱ्या अनेक कुत्र्यांमधनं मार्ग काढत, आम्ही कसा काय आमच्यासाठी कुत्रा निवडणार होतो, हा विचार माझ्या बालबुद्धीच्या पलीकडचा होता आणि त्या कल्लोळात शांतपणे एका जागी बसलेला तो माझ्या दृष्टीस पडला. कोपऱ्यामधल्या त्याच्या पिंजऱ्यात तो शांतपणे पण आत्मविश्वासाने बसून होता. बाहेर चालू असलेला कलकलाट जणू त्याच्या गावीही नव्हता.

मी त्याच्या पिंजऱ्याजवळ पोचताक्षणी त्यानं दोन कांबींमधनं पंजा बाहेर काढला आणि मीही तत्परतेनी हातात घेतला. त्याच्या पिंजऱ्यावर हातानं लिहिलेला एक बोर्ड लावलेला होता. 'कॉली / शेफर्ड.' (या दोन जातींचं मिश्रण होता तो) त्यानं पिंजऱ्याच्या दारावर नाक दाबलं आणि मी त्याचं डोकं कुरवाळलं. दहा मिनिटांनंतर तो आमच्या गाडीच्या मागच्या सीटवर विराजमानही झाला होता.

"ह्याला आपण फ्रिटझी नावाने हाक मारायची बरं का!" घरात मिळालेलं पहिलंवहिलं जेवण तो मटामट खाताना बघून आजीनं रात्री आपला निर्णय सांगून टाकला. ती म्हणाली, "तुझ्या वडिलांच्या लहानपणीच्या पहिल्यावहिल्या कुत्र्याचं नावही हेच होतं."

उत्तर कॅरोलिना राज्यामधल्या डोंगराळ प्रदेशामध्ये असलेल्या आमच्या लहानशा खानावळीत फ्रिटझी लवकरच चांगला रुळला होता. खानावळीत गिऱ्हाईकं आली की तो आतनं धावत बाहेर येऊन त्यांचं स्वागत करायचा. बाहेरच्या उन्हात गिऱ्हाईकं चकरा मारू लागली, की हादेखील खुशीत येऊन त्यांच्याबरोबरीनं फिरत राहायचा. त्याची ही सवय सगळ्यांना इतकी आवडायची, की शेवटी बाबांना येणाऱ्यांची नावं कागदावर लिहून, त्यानुसार ओळीनं प्रत्येकाबरोबर फ्रिट्झीला फिरायला पाठवावं लागायचं.

पाच वर्षांपूर्वी खानावळ विकून टाकून आम्ही एका छोट्या शहरामध्ये राहण्यास गेलो. तेव्हापासनं फ्रिटझी शांतपणे निवृत्तीचं जीवन जगू लागला. दिवसभरातल्या त्याच्या आनंदाचा परमोच्च क्षण म्हणजे शाळा सुटल्यावर मी समोरच्या दारातनं धावत घरात आत शिरतानाचा! दाराजवळच्या फरशीवरनं धावत येताना तो घसरत असायचा, पण तसंच कसंतरी धावत धावत येऊन पसरलेल्या माझ्या दोन्ही हातात उडी घायचा आणि लॉटरी जिंकल्याचा आनंद त्याच्या हालचालीतनं जाणवायचा.

शुक्रवारची दुपार होती ती. बाबांनी सांगितलं, की एका रात्रीसाठी आम्हा सगळ्यांना परगावी जायचं होतं. वर्षातनं एकदा आम्ही डोंगरांच्या पलीकडे असलेल्या केंटकी राज्यामधल्या बाबांच्या मूळ गावी– नॉक्सव्हिलला जाऊन दिवसभर तिकडे हिंडून, फिरून खरेदी करायचो. गाडीमध्ये सामान ठेवत असताना बाबांनी सांगितलं की, रात्रभरासाठी ज्या हॉटेलमध्ये आम्ही मुक्काम करणार होतो, तिथे कुत्र्यांना प्रवेश नव्हता, त्यामुळे फ्रिट्झी आमच्याबरोबर येणार नव्हता.

"तो राहील घरी शहाण्यासारखा. मी त्याच्यासाठी जास्तीचं जेवण काढून ठेवलंय. एका रात्रीचाच तर प्रश्न आहे. आपण परगावी गेलोत, हे त्याच्या लक्षात देखील येणार नाही बघ", बाबांनी मला आश्वासक स्वरात सांगितलं.

त्या विचारानं माझं इवलंसं हृदय विदीर्ण होऊन गेलं. रात्रभरासाठी फ्रिट्झला आम्ही कधीच असं एकटं ठेवलं नव्हतं घरामध्ये. तो काय करेल एकटा बिचारा? आणि काय वाटेल त्याला?

आमची गाडी रस्त्यावर पोचली, तेव्हा अंगणाच्या कुंपणाजवळ उभं राहून फ्रिट्झी आम्हाला न्याहाळत होता, त्याचे कान ताठ उंच झाले होते आणि संशयीपणे तो शेपटी हलवत उभा होता. जणू त्याला म्हणायचं होतं, "ए, तुम्ही गंमत करताय नं माझी?"

त्या रात्री मी झोपू शकलो नव्हतो. आम्ही अचानक त्याला सोडून कुठे निघून गेलो, असा विचार त्या भेदरलेल्या, एकाकी कुत्र्याच्या मनात येत असणार असं मला एकसारखं वाटत होतं. दुसऱ्या दिवशी संध्याकाळी सहा वाजता आम्ही घरी परत आलो. नेहमीप्रमाणे धावत येऊन कोणी आमचं स्वागत केलं नाही, की अत्यानंदानी भुंकलं नाही; कारण आमचा फ्रिट्झी नव्हताच घरात.

रात्र झाली तरी त्याचा पत्ता नव्हता. शेजारीपाजारी, सगळीकडे जाऊन बघून आलो. प्रत्येकानं 'माहिती नाही', म्हणून मान हलवल्यावरती मी तर पार रडवेला झालो आणि निराश वाटू लागलं.

'देवा, कृपा कर रे बाबा, फ्रिट्झीला सुखरूपपणे घरी येऊ दे म्हणजे मिळवलं', रात्री माझ्या पलंगाजवळ गुडघ्यांवर बसून मी प्रार्थना केली.

एक आठवडा उलटला, तरीदेखील फ्रिट्झीचा कुठेच पत्ता नव्हता. शाळेत जाऊन मी अभ्यासावर लक्ष केंद्रित करण्याचा प्रयत्न करायचो, पण मनात सतत विचार यायचे, की माझा लाडका कुत्रा कुठे हरवला होता कोण जाणे आणि आता बेवारशासारखा कुठेतरी गल्लीबोळात हिंडत असणार.

रोज दुपारी शाळा सुटली, की मी घराकडे धाव घ्यायचो आणि धाडकन दार उघडून घरात शिरायचो, पण घरामधली शांतता आणि आईचं केविलवाणं हास्य तेवढं माझ्या स्वागतासाठी हजर असायचं.

"आई, देव इतका उशीर का लावतोय गं?" रात्री झोपताना माझं पांघरुण आई नीट करत होती, तेव्हा मी तिला विचारलं.

"मनात आशा ठेव राजा", ती शांतपणे म्हणाली.

"माझ्या सगळ्या आशा संपून गेल्यात", मी कुजबुजलो.

"हे बघ, जोपर्यंत तू रोज दुपारी पायऱ्या चढून धावत वर येऊन धाडकन दार उघडत राहशील, तोपर्यंत तुझ्या मनात आशा टिकून राहील." खोलीतला दिवा बंद करत ती म्हणाली.

तेव्हा त्या क्षणीच मी ठरवलं, की माझ्या मनावरील मरगळीची धूळ झटकून मनातली आशा ताजीतवानी ठेवण्याचा प्रयत्न केलाच पाहिजे. मी पक्का निग्रह केला, की कितीही निराश झालो, तरी मी रोज आशा बाळगत दार उघडत राहणारच.

अजून एक आठवडा संपला आणि वेड्या आशेवर जगणं मला आता कठीण होऊ लागलं होतं, पण तरीही मी आशावादाला चिकटून राहिलो आणि मनातली आशा सफल होणारच, अशी मनाशी खूणगाठ बांधली.

अशाच एका दुपारी मी घरी आलो आणि दारातच बाबांचा ट्रक लावलेला दिसला. इतक्या लवकर बाबा कामावरून घरी कसे आले होते, असा विचार करत

मी थोडा वेळ बाहेरच थांबलो आणि घरामध्ये शिरण्याआधी मनातल्या सर्व आशा घट्ट एकवटून घेतल्या. मनाची तयारी पूर्ण झाल्याची खात्री पटल्यावर मी दार उघडलं आणि घरात पाऊल टाकलं.

बाहेरची खोली रिकामीच होती, पण स्वयंपाकघराच्या दारापलीकडे मला आईबाबांच्या आवाजातली कुजबुज ऐकू आली. अचानकच थोडं दार उघडून आईनं डोकावून मला बघितलं.

''काय म्हणतो राजा? तुझ्यासाठी एक गंमाडी जंमत आहे बरं का!'' आई हसत हसत म्हणाली.

असं म्हणून तिनं ते दार पूर्ण उघडलं आणि तिच्यामागनं रानडुकरासारखी मुसंडी मारत माझा फ्रिटझी धावत बाहेर आला. गुळगुळीत फरशीवर तो घसरला. भिंतीवर आपटला, पण लगेच पटकन उठला, तरी परत एकदा घसरलाच आणि शेवटी कसाबसा तोल सांभाळत मी पसरलेल्या हातात त्यानं अलगद उडी मारली. माझा पूर्ण चेहरा तो चाटत असताना मी मागे कोलमडलो.

रात्रीच्या जेवणाच्या वेळी बाबांनी सगळी कहाणी सांगितली. अनेक वर्षांपूर्वी जनावरांच्या ज्या डॉक्टरांनी त्याचं औषधपाणी केलं होतं, कित्येक मैल दूर असलेल्या त्यांच्या दवाखान्यात आमचा शूरवीर फ्रिट्झी जाऊन पोचला होता. दोन आठवड्यांसाठी तिथे त्याला व्यवस्थित जेवण मिळालं; अंघोळ घालून, केस विंचरून मिळाले, आम्ही त्याला शोधून काढण्याची वाट बघत तो शांतपणे तिथे राहत होता.

त्या दिवशी सकाळी ते डॉक्टर रेडिओ ऐकत असताना, आमचा कुत्रा हरवल्याची घोषणा जेव्हा त्यांच्या कानावर पडली, तेव्हा ती नीट लक्ष देऊन ऐकून मग त्यांची खात्री पटली, की तो पठ्ठ्या तर त्यांच्याकडेच राहत होता.

त्या रात्री मला झोपवताना बाबांनी विचारलं, की फ्रिट्झी कधीच मला दिसणार नव्हता अशी भीती मला वाटत होती का?

''नाही, अजिबात नाही, धाडकन दार उघडून आत येण्याचा माझा उद्योग रोजच्याप्रमाणे मी चालूच ठेवला, तर एक ना एक दिवस तो नक्कीच दारामागे उभा दिसणार होता, अशी मला शंभर टक्के खात्री वाटत होती.'' मी बाबांना म्हणालो.

रॉबर्ट टेट मिलर

A Tale of Canine Courage

प्रयत्नांती परमेश्वर

जेव्हा मनासारखं होत नाही आणि असंच बऱ्याचदा होतंही,
जेव्हा समोरची वाट कष्टपूर्वक पार करताना बिकट होत जाते,
जेव्हा हाती पैसा नसतो आणि समोर कर्जाचा डोंगर उभा ठाकतो,
आणि हसण्याची इच्छा असूनही जेव्हा उसासे सोडावे लागतात,
जेव्हा चिंतेचं दडपण असतं तुमच्या मनावर,
तेव्हा पाहिजे तर विश्राम करा - पण प्रयत्न मात्र सोडू नका.

जीवनातले चढउतार मोठे विचित्र असतात,
हे कधी ना कधी प्रत्येक व्यक्तीला जाणवतंच,
आणि कधी तरी अचानकच अपयश पदरी पडतं,
जेव्हा खरं तर यशाची खात्री असते, पण प्रयत्न जारी असले तरच;

यशानं जरी दिल्या हुलकावण्या – तरी प्रयत्न अजिबात सोडू नका -
असंच कधीतरी अनपेक्षितपणे यशाचं मापटं पडेल पदरी.
ध्येय असतं डोळ्यांसमोर - अगदी जवळ...पण
अडखळणाऱ्या नेभळटाला भासतं ते फार दूर,
धडपडणारा सोडून देतो प्रयत्नांची पराकाष्ठा
खरं तर त्याला मिळाली असती विजयश्रीची माला,
हातून संधी निसटल्याचं उमजलं त्यास उशिरा
खरं तर यश आलं होतं किती समीप त्याच्या.

यश म्हणजे – अपयशाची बाजू दुसरी,
शंकाकुशंकांच्या ढगाला असलेली किनार चंदेरी.
टप्प्यात आलेल्या यशाचं भान नसतं कधी,
कारण जवळची गोष्ट भासते कधी कधी दूर अती;
कितीही संकटं आली - तरी द्या जोमाने लढा
बिकट परिस्थितीत हार कधी मानायची नसते.

अज्ञात
Don't Quit

चिकाटीचं फळ मिळतंच

अनेक तरुणींप्रमाणे ज्योन मॉलिंस्कीलादेखील अभिनयकलेत प्रावीण्य मिळवावंसं वाटत होतं. प्रेक्षकांची करमणूक करण्याची तिची इच्छा होती. प्रेक्षकांना हसवण्याची कला छानपैकी आत्मसात केली असल्यानं, तिनं व्यावसायिक हास्यअभिनेत्री होण्याचा निर्णय घेतला.

अनेक स्थानिक कार्यक्रमांतनं, रंगमंचावरच्या विडंबन नाटकांतनं तिला बऱ्यापैकी यश मिळत होतं; तरी तिचे आईवडील मात्र तिच्या या निर्णयाबद्दल जरा साशंकच होते. तिनं एखाद्या मोठ्या क्लबमध्ये आपली कला लोकांसमोर सादर करावी, म्हणून तिच्या वडिलांनी– डॉ. मॉलिस्कींनी न्यूयॉर्कमधल्या न्यू रॉशेलच्या क्लबमध्ये आपल्या लेकीसाठी एक दिवस पक्का केला. उन्हाळ्याच्या दिवसातल्या रोज होणाऱ्या कार्यक्रमांपैकी तिचा कार्यक्रम शेवटच्या दिवशी ठेवला होता; पण ज्योनसाठी मात्र तो पहिलावहिला मोठा कार्यक्रम होता. क्लबमध्ये जमलेले सदस्य जेवता जेवता अशा कार्यक्रमांचा आनंद लुटत असतात.

कार्यक्रमाची सुरुवात ज्योनने एका विनोदी गाण्यानं केली. सुरुवातीला काही वेळासाठी प्रेक्षकवर्ग लक्ष देऊन ऐकत होता, पण जेवणानंतरचं मिष्टान्न समोर आल्यावर त्यांचं लक्ष विचलित झालं. थोड्याच वेळापूर्वी जेव्हा त्या विशीमधल्या गोड मुलीची रंगमंचावरनं ओळख करून देण्यात आली होती, त्याआधी ज्याप्रमाणे सगळे लोक गप्पांत गुंगले होते; त्याचप्रमाणे आता हजर असलेल्या त्या तीनशे लोकांनी परत एकमेकांशी गप्पा मारण्यास सुरुवात केली.

दुर्लक्षित आणि अतिशय दुःखी अशी ज्योन शेवटपर्यंत तिच्याकडनं होईल तितक्या सुरेख रीतीनं कार्यक्रम सादर करत राहिली. शेवटच्या गाण्यानंतर "आभारी आहे" असं केविलवाण्या सुरात म्हणून ती अश्रूभरल्या डोळ्यांनी आणि शरमेनी काळीठिक्कर होत आतमध्ये निघून गेली. तिच्या आईवडिलांना तिच्यामुळे लाजिरवाणं वाटण्याऐवजी स्वत:चीच लाज वाटू लागली. त्यांची लेक तिच्या प्रयत्नात पूर्णत:

असफल झाली होती आणि असले कार्यक्रम करून तिचं भविष्य बनू शकणार नव्हतं, असं त्यांना जास्तच खात्रीपूर्वक वाटू लागलं.

त्या रात्रीनंतर डॉ. मॉलिस्कींनी ज्योनला समजावलं की, हास्यअभिनेत्री बनण्याचं वेड तिनं सोडून द्यावं आणि दुसरं काहीतरी बनण्याचा प्रयत्न करावा, ज्यात व्यावहारिकदृष्ट्या तिला यश मिळवता येईल. वडिलांचा सल्ला ऐकून ती खवळून उठली. ''तम्ही काहीही सांगितलंत, तरी मला त्याची पर्वा नाहीये! माझ्यामधल्या कलागुणांची तुम्हाला पारखच नाही मुळी. आणि शेवटी, हे माझं आयुष्य आहे. हो नं, तेव्हा ते कसं जगायचं हे केवळ मी आणि मीच ठरवणार!'' ज्योन वडिलांवर रागाने ओरडत म्हणाली.

त्या कडाक्याच्या भांडणाचं पर्यावसन झालं, ज्योन घर सोडून न्यूयॉर्क शहरात जाऊन एकटीने राहण्यात! तिथल्या YWCA च्या वसतिगृहात राहून तिनं एक तात्पुरती नोकरी पत्करली आणि जोडीला अनेक वेगवेगळ्या मंडळांबरोबर कार्यक्रम करणं तिनं चालूच ठेवलं. स्वत:मधल्या कलाकौशल्याला पूर्णपणे वाहून घेण्याच्या तिच्या स्वभावामुळे, अखेरीस तिला एका नावाजलेल्या 'सेकंड सिटी'च्या मंडळातल्या कलाकारांबरोबर काम करण्याची संधी मिळाली. नंतर कॅलिफोर्निया राज्यात लेखकाची नोकरी आणि 'कँडिड कॅमेरा' या टीव्ही कार्यक्रमात 'बेट गर्ल'ची भूमिका करण्याची संधी मिळाली.

त्या कार्यक्रमात तिची भूमिका दिवसेदिवस खूप गाजू लागली, पण कार्यक्रमाचे संचालक ॲलन फंट यांना तिचं नावदेखील लक्षात राहायचं नाही. जेरी, जेनी, जॅकी अशा कोणत्याही नावानं ते तिला हाक मारायचे.

'कँडिड कॅमेरा' हा कार्यक्रम करत असताना एके दिवशी ज्योनला 'टुनाईट शो' या मोठ्या कार्यक्रमात सहभागी होण्यासाठी विचारणा करणारा फोन आला. त्या कार्यक्रमात एखादी छोटीशी अतिथी कलाकाराची भूमिका तरी मिळावी, म्हणून एक वर्षापासनं ती त्यांना विनंती, आर्जवं करत राहिली होती. फोनवरनं तिला सांगण्यात आलं की, जॉनी कार्सनबरोबर त्या कार्यक्रमासाठी तिला भूमिका देण्याचं त्यांनी ठरवलं होतं. 'कँडिड कॅमेरा'च्या निर्मात्याला ती आजारी पडल्याची चिठ्ठी पाठवून, आयुष्यात कधी नव्हते आलेली सोनेरी संधी हातातून निसटू न देण्याचा तिनं निर्णय घेतला.

कार्यक्रम सुरू होताच, ऐन वेळी सुचणाऱ्या विनोदांची पेरणी करत ज्योन आणि कार्सनची चांगलीच जोडी जमली. हसून हसून डोळ्यातनं वाहणारं पाणी टिपत कार्यक्रमाच्या शेवटी कार्सननं लाखो टीव्ही प्रेक्षकांना उद्देशून म्हटलं, ''देवाशप्पथ, तू धन्य आहेस. प्रेक्षकहो, ही तर एकदम सुप्रसिद्ध कलाकार बनणार बघा नक्कीच!''

दुसऱ्याच दिवशी, देशभरातल्या इतर अनेक कार्यक्रमांच्या निर्मात्यांकडून तिला असंख्य फोन आले. प्रत्येकाला आपल्या कार्यक्रमात ती येण्यास हवी होती. पहिल्या प्रतीची हास्यअभिनेत्री म्हणून तिचं कलाकारांच्या यादीमध्ये नाव झळकलं. त्याच दिवशी तिनं 'कँडिड कॅमेरा' कार्यक्रमाला रामराम ठोकला. आदल्या रात्री कार्सनबरोबर तिला टीव्हीवरती बघून (तेही आजारी आहे, असं खोटं कारण त्याला देऊन) फंटना तिचा राग आलाच होता.

हातातलं गाजर रागाने चावत, विचार करत ते स्वत:शीच पुटपुटले, ''मला वाटतं तू फार मोठी चूक करत आहेस, ज्योन.''

त्यानंतर मात्र ज्योनला न ओळखण्याची किंवा तिला कमी लेखण्याची चूक कोणीही कधी केली नाही.

कर्टिस मॅकॲलिस्टर
प्रेषित - क्रिस्टाईन बेलेरिस आणि रँडी गोल्डस्मिथ
Persistence Pays off

मी कोणतंही काम करेन !

'जगाच्या व्यवहारात माझा खारीचाच वाटा असेल, पण त्यामागचे कष्ट किती अनमोल आहेत.'

हेलन केलर

बहुविकलांगता (सेरेब्रल पाल्सी) या व्याधीनं जॅक ग्रस्त होता. बॅटरीवर चालणाऱ्या चाकांच्या खुर्चीला बसवलेलं बटण दाबण्यासाठी त्याच्या कमी शक्तीच्या हातांचा तो कसाबसा वापर करायचा. माझा विद्यार्थी नसूनही तो माझी व्याख्यानं ऐकायचा आणि संघात्मक चर्चेमध्ये सहभागीही व्हायचा. त्याचं अस्पष्ट बोलणं समजून घेणं मला फार कठीण वाटायचं. त्यामुळे तो काय बोलायचा, ते मी त्याच्या वर्गमित्रांना मला समजावून देण्यास सांगायची. त्याच्या वैयक्तिक चिंता, नैराश्य या सर्वांबद्दल तो माझ्याशी बोलायचा आणि ते ऐकून माझ्या मनाला अतिशय वेदना व्हायच्या. त्याचं दुःख माझ्या मनास स्पर्शून जायचं. तो जितका एक धैर्यशील मुलगा होता, तेवढाच मनानं कोमल होता!

एकदा तास संपल्यावर जॅक माझ्याकडे आला आणि मला म्हणाला, की त्याला काहीतरी काम करण्याची तीव्र इच्छा होत होती. त्या काळात मी निरनिराळ्या शारीरिक व्यंगांमुळे पीडित असलेल्या, वयानं मोठ्या लोकांना, फ्रेसनो सिटी कॉलेजच्या आवारामध्येच वेगवेगळ्या भागात काम करण्याचं शिक्षण देत होते. मी जॅकला विचारलं, "कुठे काम करायचंय तुला?"

तो म्हणाला, "तुमच्याबरोबर कॉलेजच्या कँटीनमध्ये", क्षणभर स्तब्ध होऊन मी विचार करू लागले, की टेबल पुसणं, डिशवॉशरमध्ये खरकटी भांडी रचून ठेवणं, झाडणं-पुसणं, सामान भरणं इ. कामं करण्यासाठी कोणत्या कौशल्याची गरज असते? एखादी बहुविकलांग व्यक्ती अशा प्रकारची कामं शिकण्यासाठी त्या शिक्षणक्रमात कशी काय सहभागी होऊ शकली असती? माझ्या प्रश्नाला माझ्याजवळ उत्तर नव्हतं. माझी मतीच कुंठित होऊन गेली होती.

जॅकनं मात्र हसत निग्रही सुरात उत्तर दिलं, ''मी कोणतंही काम करेन!'' आहा! त्याचा निश्चयीपणा आणि उत्साह बघून मला त्याचं इतकं कौतुक वाटलं म्हणून सांगू! दुसऱ्या दिवशी सकाळी ठीक दहा वाजता आम्ही दोघांनी कँटीनमध्ये भेटण्याचं ठरवलं. तो वेळ पाळू शकेल का? माझ्या मनात शंका डोकावली. घड्याळ बघून त्याला वेळ सांगता येत होती का? दुसऱ्या दिवशी सकाळी ठरलेल्या वेळेच्या पंधरा मिनिटं आधीच कँटीनजवळ मला त्याच्या चाकांच्या खुर्चीचा ओळखीचा आवाज आला. त्याला उत्तम मार्गदर्शन करण्यासाठी आणि अंतर्दृष्टी प्राप्त होण्यासाठी मी मनोमनी परमेश्वराची प्रार्थना केली.

बरोबर दहा वाजता आम्ही भेटलो आणि दहा वाजून दहा मिनिटांनी जॅक कामावर जाण्यास तयारही झाला होता. उत्साहाच्या भरात त्याचं बोलणं अधिकच अस्पष्ट झालं होतं. त्यामुळे मला काही उमगत नव्हतं. त्या व्यावसायिक शिक्षणक्रमात जॅकला सहभागी होता यावं, म्हणून मी करत असलेल्या प्रयत्नात पावलापावलावर अडथळे निर्माण होत होते. चाकांच्या खुर्चीमुळे टेबलांच्या अगदी जवळ जाणं त्याला शक्य होत नव्हतं. हातात वस्तू पकडण्यापलीकडे इतर कामांसाठी त्याला हातांचा उपयोग करता येत नव्हता. मी काही बदल करता येतील का, ते बघत होते; पण त्यात अयशस्वी झाले. मी नाउमेद झालेली बघून एका सहृदयी रखवालदारानं मला मदत करण्याची तयारी दर्शवली. अर्ध्या तासातच त्याला एक कल्पना सुचली. फरशा पुसण्याच्या दांड्याच्या हँडलची लांबी त्यानं कमी केली. त्यामुळे ते सहजतेनं जॅकच्या बगलेत बसलं आणि मग दुसऱ्या हातानं त्याला ते फिरवता येऊ लागलं. टेबलाच्या पृष्ठभागापर्यंत पुसायचं कापड पोचेल, अशी व्यवस्था केली गेली. एक टेबल पुसून झाल्यावर एका हातानं जॅक त्याची चाकांची खुर्ची पुढे ढकलून पुढच्या टेबलाशी जाऊ शकत होता.

जॅकच्या हाती जणू स्वर्ग लागला होता! काही न करता दुरून नुसतं बघत बसण्यापेक्षा, सक्रिय सहभागी झाल्यामुळे त्याला स्वतःचा खूप अभिमान वाटू लागला. मी बघत होते, की वाटेमधल्या खुर्च्या जॅक त्याच्या चाकांच्या खुर्चीनं बाजूला करू शकत होता. मग काय, जॅकसाठी एक वेगळ्या प्रकारचं काम नव्यानं नेमून दिलं गेलं. चाकांच्या खुर्चीनं हालचाल करता यावी, म्हणून टेबलाजवळच्या खुर्च्या वाटेमधनं बाजूला ढकलून भिंतीशी रांगेत उभ्या करून, मार्ग मोकळा करण्याचं काम जॅक मोठ्या उत्साहानं आणि अभिमानानं करू लागला. त्याचा आत्मसन्मान वाढू लागला! काही काम करण्याची आपल्यात क्षमता आहे आणि आपली योग्यताही मोठी आहे, याची अखेर त्याला खात्री पटली!

एक दिवशी रडत रडतच जॅक माझ्याकडे आला. काय झालं, असं विचारल्यावर त्यानं स्पष्ट करून सांगितलं, की इतर लोक त्याला त्याचं काम करू देत नव्हते.

त्याला नक्की काय म्हणायचं होतं, ते सुरुवातीला मला कळलं नाही. नंतर तो खुर्ची हलवताना मी त्याला पाहिलं. ते काम करताना त्याला किती प्रचंड प्रयास पडत होते, ते बघून काहीजणांना वाटलं, की वाटेत येणाऱ्या खुर्च्या बाजूला ढकलताना त्याला फार कष्ट करावे लागत होते, म्हणून त्याला मदत करावी या हेतूनं ते खुर्च्या बाजूला सरकवू बघत होते. तो त्यांना समजावून सांगण्याचा प्रयत्न करत होता, पण कोणी त्याच्या बोलण्याकडे लक्ष दिलं नाही. नंतर मी जाड पुठ्ठ्यापासनं काही कार्डं बनवून जॅकच्या समोरच्या ट्रेमध्ये ठेवली आणि त्याच्या अडचणीचं निवारण झालं. प्रत्येक कार्डावर लिहिलेलं होतं –

'हॅलो, माझं नाव जॅक.
मी या कँटीनमध्ये नोकरी करतो.
टेबल पुसण्याचं काम करतो आणि
वाटेतल्या खुर्च्या भिंतीकडे सरकवून ठेवतो
मला मदत करावी, असं वाटतंय नं तुम्हाला?
'कृपा करून' मला फक्त एक स्मितहास्य बहाल करा.
आणि सांगा की किती मोठ्ठं काम करतोय मी!'

जॅकनं एक कार्ड त्याच्या चाकांच्या खुर्चीवरच्या ट्रेमध्ये दर्शनी भागात अडकवून ठेवलं आणि बाकीची कार्डं येणाऱ्याजाणाऱ्यांना तो वाटायचा. त्यामुळे इतर विद्यार्थी त्याची आणि त्याच्या कामाची गंभीरपणे दखल घेऊ लागले. आपली कोणी दखल घेतली वा कोणी थोडा आधार पुरवला, की आपल्याच मनात स्वत:ची प्रतिमा उंचावू शकते, असा अनुभव जॅकला त्या सहा महिन्यांत अनुभवायला मिळाला. त्याचा मनोनिग्रह हे माझं मोठ्ठं स्फूर्तिस्थान आहे आणि इतर विद्यार्थ्यांना शिकवण्यासाठी कोणती पद्धत वापरावी, याचा विचार करताना मी त्याचंच उदाहरण डोळ्यांसमोर ठेवत असते. त्याचप्रमाणे आयुष्यात येणाऱ्या संकटांवर मात करण्यासाठी, परमेश्वरानं बहाल केलेल्या बुद्धीनुसार वागण्यासाठी जॅक माझ्यासाठी आदर्श बनला आहे.

डॉली ट्राऊट
I'll Do Anything

हेन्री ड्युनान्ट

'ज्याच्याजवळ जगण्यासाठी काही कारण असतं, तो कसंही करून जीवनाची नौका भवसागरामधनं पार करून नेतोच.'

फ्रेड्रिक निटशे

तीस वर्षांचा हेन्री ड्युनान्ट हा एक श्रीमंत स्विस बँकर (स्वित्झर्लंडमधल्या एका पतपेढीचा मालक) आणि मोठा भांडवलदारही होता. त्याचं आयुष्य कदाचित अशाच प्रकारे चालू राहिलं असतं, परंतु २४ जून १८५९ या दिवशी अशी एक घटना घडली, की त्यानंतर त्याचं आयुष्यच पूर्णपणे बदलून गेलं. तिसऱ्या नेपोलियनशी बोलणी करण्यासाठी एक सरकारी प्रवक्ता या नात्यानं त्याला पाठवण्यात आलं होतं. स्विस आणि फ्रेंच या दोन्ही सरकारांमध्ये व्यावसायिक देवघेवीची बोलणी झाली की, दोन्ही देशांना त्याचा फायदा होणार होता; परंतु त्या वेळी नेपोलियन पॅरिसमध्ये नव्हता. तो होता सॉलफर्निओच्या युद्धभूमीवर ऑस्ट्रियन शत्रूशी युद्ध करण्याच्या तयारीमध्ये.

युद्ध सुरू होण्यापूर्वी तिथे पोचण्याचा हेन्री ड्युनान्टनं खूप प्रयत्न केला, पण त्याला उशीरच झाला. त्याची घोडागाडी एका टेकडीच्या माथ्यावर येऊन पोचली तिथून खालची युद्धभूमी त्याच्या नजरेस पडली.

अचानक युद्धाचं रणशिंग फुंकण्यास सुरुवात झाली. बंदुकीचे चाप ओढले गेले, तोफा धडधडू लागल्या. दोन्ही बाजूंची घोडदळं एकमेकांना भिडली आणि रणधुमाळी सुरू झाली. सिनेमागृहातल्या खास जागेवर बसून समोरचं दृश्य बघून खिळून जावं, तशीच स्थिती हेन्री ड्युनान्टची झाली होती. हवेमध्ये धुळीचे लोट उठताना तो बघत होता. जखमी लोकांच्या, मरायला टेकलेल्यांच्या किंकाळ्या त्याला ऐकू येत होत्या. खाली दिसणारं ते भयानक दृश्य बघून ड्युनान्ट बधिर झाला.

पण नंतरची भयानकता त्याहूनही भेसूर होती. संध्याकाळी युद्ध संपल्यावर तो

तिथल्या छोट्या गावात गेला आणि बघतो तर काय; प्रत्येक घराघरातनं जखमी झालेले, छिन्नविच्छिन्न झालेले, मृत्युमुखी पडलेले लोक नजरेस पडत होते. चहूबाजूचं ते दुःख, ती व्यथा बघून त्याच्या हृदयी करुणा दाटली. त्या गावातच पुढचे तीन दिवस मुक्काम करून, ड्युनान्टने त्याला शक्य होतं तेवढं मदतकार्य केलं.

त्यानंतर पूर्वीचा ड्युनान्ट उरलाच नाही. युद्ध म्हणजे क्रौर्य, एक रानटी कृत्य आणि अशा कृत्याचा जगातनं संपूर्ण नायनाट केला गेला पाहिजे; अशी त्याची विचारधारा बनली.

दोन देशांमधले वाद, हेवेदावे, प्रश्न सोडवण्यासाठी हा मार्ग नक्कीच नव्हता. सर्वात महत्त्वाचं म्हणजे; दुःखाच्या, संकटाच्या अशा प्रसंगी सर्वसामान्य जनतेला मदत करण्यासाठी एखादी जागतिक संस्था स्थापन झालीच पाहिजे; असं ड्युनान्टला वाटू लागलं.

तो स्वित्झर्लंडला परत गेला, पण नंतरच्या काही वर्षांत शांतता प्रस्थापित करणं आणि सर्वांबद्दल दयेची भावना असणं या विचारांनी तो पूर्णपणे पछाडला गेला होता. युरोपातल्या प्रत्येक देशादेशातनं हिंडून लोकांना त्याचा संदेश देत होता. अशा कार्यात व्यग्र झाल्यामुळे त्याचा धंदा मात्र पूर्णपणे बुडीत निघाला आणि त्याचं दिवाळं वाजलं. तो पूर्णपणे कफल्लक झाला, परंतु तशा परिस्थितीमध्येही त्याचे नेटानं प्रयत्न चालूच होते.

जिनिव्हा परिषदेमध्ये त्यानं एकट्याच्या हिमतीवरती युद्धविरोधात आवाज उठवला. त्याच्या परिणामी, परिषदेनं युद्धविरोधी आंतरराष्ट्रीय कायदा मंजूर केला. त्या चळवळीमुळे सरतेशेवटी लीग ऑफ नेशन्स आणि यू. एन. या

संस्थांचा उगम झाला.

१९०१ मध्ये ड्युनान्टला नोबेलचा पहिला शांतीपुरस्कार मिळाला. त्या वेळी तो पूर्णत: कफल्लक होता आणि एका साध्या, लहानशा घरात राहत होता, तरीदेखील पुरस्काराची मिळालेली पूर्ण रक्कम त्यानीच सुरू केलेल्या जागतिक चळवळीसाठी खुशीनं दान करून टाकली.

हेरी ड्युनान्टचं १९१० साली निधन झालं, तेव्हा जगाला त्याचा पूर्णपणे विसर पडलेला होता; परंतु ड्युनान्टसारख्या व्यक्तीला त्याच्या थडग्यावरती कोणत्याही स्मृतिशिलालेखाची जरुरी नव्हती. त्याच्या देशाचा स्विस ध्वज लाल रंगाच्या पार्श्वभूमीवर पांढरा क्रॉस असलेला होता. ड्युनान्टनं स्थापन केलेल्या संस्थेसाठी, त्यानं त्या ध्वजावरच्या रंगांची अदलाबदल करून, पांढऱ्या पार्श्वभूमीवर लाल रंगाच्या क्रॉसच्या चित्राची निवड केली. 'रेड क्रॉस' या नावानं त्यानं स्थापन केलेली संस्था जगभरात नावारूपास आली होती आणि तेच त्याचं कायमस्वरूपी स्मारक ठरलं.

'बिट्स अँड पीसेस'मधला उतारा
Henry Dunant

४

वाईटातून चांगलं शोधण्याची कला

'हे विश्व म्हणजे मानवासाठी एक बालकमंदिरच आहे. अस्तित्वात असलेल्या प्रत्येक गोष्टीबद्दल इथे एक आगळावेगळा धडा शिकण्यास मिळत असतो. डोंगर आणि पर्वत हे स्थिरता आणि भव्यतेची; तर समुद्र अमर्यादतेची आणि बदल घडण्याबद्दल माहिती देतात. जंगलं, तळी, सरोवर आणि नद्या, ढग आणि वारा, तारे आणि फुलं, विशाल हिमनद्या (ग्लेशिअर्स) आणि चमचमणारे हिमकण अशा ज्या ज्या प्रत्येक सजीव आणि निर्जीव गोष्टींचं विश्वात अस्तित्व आहे, त्या सगळ्यांचा मानवी आत्म्यावर काहीतरी परिणाम उमटत असतोच. आकारानं चिमुकली मधमाशी आणि मुंगीचंच उदाहरण घ्या नं – मानवाला त्यादेखील उद्योजकता आणि गृहव्यवस्थेचे धडे देतच असतात की!'

ऑरिसन स्वेट मार्डेन

अनोखी सवय

'दुसऱ्या कशानंही शांती लाभत नसते – ती लाभते ती केवळ तुमच्या स्वत:मुळेच!'

राल्फ वाल्डो इमर्सन

शेतातलं माझं जुनं घर करण्यासाठी ज्या सुताराला मी कामावर ठेवलं होतं त्याच्या कामाचा पहिलाच दिवस त्याच्यासाठी खूपच त्रासदायक ठरला होता. माझ्याकडे येताना वाटेत त्याच्या ट्रकच्या टायरमध्ये बिघाड झाल्यानं त्याचा एक तास वाया गेला होता. वीजेवर चालणारी त्याची करवत एकाएकी निकामी झाली होती आणि संध्याकाळी घरी परत जाण्यास निघाल्यावरती त्याचा तो पिक-अप-ट्रक काही केल्या चालू होण्याचं नाव घेत नव्हता. त्याला घरी सोडण्यासाठी मी माझी गाडी काढली. गाडीमध्ये तो एखाद्या पुतळ्यासारखा स्तब्ध बसला होता. घरापाशी पोचल्यावर, मीही उतरून त्याच्या घरच्या लोकांना भेटावं, असा त्यानं मला आग्रह केला. घराच्या बाहेरच्या दाराशी पोचल्यावर अंगणातल्या एका लहानशा झाडाजवळ तो थबकला आणि दोन्ही हातांनी झाडाच्या फांद्यांच्या टोकांना त्यानं स्पर्श केला.

दार उघडता क्षणी त्याच्यामध्ये आश्चर्यजनक बदल झाला. मुलांना जवळ घेत असताना त्याच्या रापलेल्या चेहऱ्यावर हसू उमटलं. पत्नीलाही जवळ घेऊन त्यानं तिचं अलगद चुंबन घेतलं. नंतर मला गाडीपर्यंत सोडण्यासाठी तो बाहेर आला. आम्ही परत त्या झाडाजवळून जात असताना माझी मघाची उत्सुकता चाळवली. घरात शिरण्याच्या आधी त्यानं जी काही कृती केली होती, ते मी पाहिलं होतं आणि त्याबद्दल मला जाणून घ्यावंस वाटत होतं, असं मी त्याला म्हणालो.

"काय, अच्छा, अच्छा ते झाड होय – त्याच्याबद्दल म्हणताय? त्याचं काय आहे – माझ्या सगळ्या चिंता, सगळे त्रास सांभाळणारं झाड आहे ते", तो म्हणाला. "मला मान्य आहे की कामावर असताना काही ना काही स्वरूपात त्रास

होणारच, चिंता वाटणार आणि मुख्य म्हणजे त्याबाबतीत मी तर काहीच करू शकत नाही. कारण माझ्या हातात नसतंच काही, पण एवढं मात्र नक्की की त्या त्रासाचा, अडचणींचा, मला वाटणाऱ्या काळजीचा माझ्या घराशी आणि माझ्या बायको-मुलांशी काडीमात्र संबंध नसतो. म्हणून मग रोज रात्री घरी परतल्यावर माझा दिवसभराचा सगळा त्रास, चिंता यांना घराबाहेरच या झाडावरती टांगून ठेवत असतो आणि सकाळी कामावर जाताना मी परत काढून घेत असतो.''

पुढे तो असंही म्हणाला, ''गमतीदार गोष्ट म्हणजे, मी सकाळी जेव्हा आदल्या दिवशीचा त्रास-चिंता झाडावरनं काढून घेण्यास येतो, तेव्हा रात्रभरातनं त्यांचं प्रमाण बरंच कमी झालेलं असतं बरं का!''

अज्ञात
The Trouble Tree

वृद्ध कोळी

'सर्वात वाईट तुरुंग म्हणजे भावनाविरहित हृदय!'

पोप जॉन पॉल (द्वितीय)

बाल्टिमोरमधल्या जॉन्स हॉपकिन्स हॉस्पिटलच्या, रुग्णविभागाच्या बरोबर प्रवेशद्वारासमोरच्या रस्त्यावर आमचं घर होतं. आम्ही तळमजल्यावर राहायचो आणि वरचा मजला दिवसा उपचार करण्यास येणाऱ्या रुग्णांना आम्ही भाड्यावर द्यायचो.

उन्हाळ्यात एक दिवशी मी रात्रीचं जेवण वाढत असताना दारावर थाप पडली. मी उघडून पाहते तर काय, समोर एक अतिशय विद्रूप, वृद्ध माणूस उभा होता. 'असं का बरं, हा तर माझ्या आठ वर्षांच्या मुलापेक्षादेखील बुटका दिसतोय' त्याच्या वाकलेल्या, सुरकुतलेल्या शरीरावर नजर टाकत मी विचार केला. सगळ्यात किळसवाणा प्रकार म्हणजे सूज आल्यामुळे त्याचा चेहरा एका बाजूला कलला होता, त्यामुळे वेडावाकडा दिसत होता, शिवाय चेहऱ्यावरची कातडी लालबुंद आणि ओलसर भासत होती, पण बोलताना त्याचा आवाज कानाला खूपच छान वाटत होता. तो म्हणाला, "नमस्कार, आजच्या रात्रीपुरती मला खोली मिळू शकेल का हे विचारण्याकरता मी तुमच्याकडे आलोय. पूर्व किनाऱ्यावरनं औषधोपचारासाठी मी सकाळीच आलोय आणि उद्या सकाळपर्यंत परतीसाठी बस नाहीये." दुपारपासनं तो खोलीच्या शोधात हिंडत होता, पण कुठेच मिळाली नव्हती, असंही त्यानं मला सांगितलं. "मला वाटतं खोली न मिळण्याचं कारण म्हणजे माझा हा असा विद्रूप चेहरा. मला कल्पना आहे की किती भयानक दिसतोय मी, पण डॉक्टर मला सांगतात की अजून काही दिवस उपचार करून घेतले की..."

काही क्षणांसाठी मी जरा घुटमळले, पण नंतर तो माझ्याशी जे काही बोलला त्यामुळे माझं पूर्ण समाधान झालं. "दाराबाहेरच्या बंद व्हरांड्यात या आरामखुर्चीमध्ये मी झोपू शकेन, कारण माझी बस भल्या पहाटेचीच आहे." मी त्याला म्हणाले की,

त्याच्यासाठी गादी-पलंगाची काही व्यवस्था करेपर्यंत तो तिथे व्हरांड्यात विश्रांत घेऊ शकत होता.

मी घरात जाऊन रात्रीचं जेवण वाढून घेतलं आणि त्या वृद्धानीही आमच्याबरोबर जेवावं, असं मी म्हणाले. ''नाही, नको, नको. तुम्ही प्रेमाने विचारलंत ह्यातच सगळं आलं आणि माझ्याजवळ भरपूर आहे खाण्यासाठी.'' कागदाची एक पिशवी दाखवत तो म्हणाला.

जेवणानंतर मागची आवराआवरी करून मी बाहेर व्हरांड्यात येऊन त्याच्याशी थोडा वेळ बोलत बसले. इवल्याशा शरीरामधल्या त्याच्या विशाल हृदयाची कल्पना येण्यास फारसा वेळ लागला नाही. मासेमारीचा व्यवसाय करून त्यातनं तो त्याची मुलगी, तिची पाच मुलं आणि पाठीच्या दुखण्यामुळे अंथरुणाला खिळलेला दुर्बल जावई एवढ्या सगळ्यांना पोसत होता, असं बोलता बोलता त्यानं मला सांगितलं; पण त्या सांगण्यात कुठेही नावालादेखील तक्रारीचा सूर नव्हता. देवाची कृपा असल्यामुळे तो त्याचा ऋणी होता, असं दर काही वाक्यानंतर तो बोलून दाखवत होता. त्वचेच्या कर्करोगाच्या दुखण्यात त्याला वेदना होत नव्हत्या, त्याबद्दलही तो देवाचे आभार मानत होता. आजाराला तोंड देण्यासाठी शक्ती देवानेच त्याला दिली होती, असं आदरानं सांगत होता.

झोपायच्या वेळेला, मुलांच्या खोलीत आम्ही त्याच्यासाठी घडीचा एक वेगळा पलंग टाकला. सकाळी उठल्यावरती मी बघते तर काय; चादरीवरील सुरकुत्या झटकून, घडी करून, व्यवस्थित गादी घातलेली दिसली. बारीक चणीचा तो म्हातारा बाहेर व्हरांड्यात उभा होता. नाश्ता खाण्यास त्यानं नकार दिला, पण बससाठी निघण्याच्या आधी तो जरा घुटमळला आणि आर्जवी स्वरात मला म्हणाला, ''पुढच्या वेळी उपचारासाठी येईन, तेव्हा परत इथे येऊ शकतो का रात्रभर राहण्यासाठी? माझ्यामुळे काही त्रास होणार नाही तुम्हाला. मी या खुर्चीत बसल्याबसल्या सहज झोपू शकेन.'' क्षणभर थांबून तो पुढे असंही म्हणाला, ''काल रात्री तुमची मुलं माझ्याशी खूप आपुलकीनं वागली. मोठी माणसं माझा चेहरा बघून मला टाळू बघतात, पण मुलांना त्याचा काही बाऊ वाटत नाही.'' त्यानं अगदी जरूर, नि:संकोचपणे परत यावं, असं मी त्याला म्हणाले.

दुसऱ्या वेळी तो सकाळी सात वाजून गेल्यावर आला. भेट म्हणून देण्यासाठी एक मोठा मासा आणि ऑईस्टरचा एक मोठा तुकडा तो घेऊन आला होता. इतका मोठा ऑईस्टर (कालव) असू शकतो, हे मला प्रथमच कळलं. सकाळी निघायच्या जरा आधीच त्यानं ते मासे पकडले होते, त्यामुळे ते ताजे आणि छान राहू शकले, असं त्यानं सांगितलं. त्याच्या गावापासनं बस निघाली होती पहाटे चार वाजता, हे मला माहिती होतं. म्हणजे मासे पकडायला जाण्यासाठी त्याला किती वाजता

उठावं लागलं होतं, ह्या विचारानं मी अचंबितच झाले.

नंतरची काही वर्षं आणि अधूनमधून रात्रीच्या मुक्कामाला तो आमच्या घरी यायचा आणि दर वेळी मासे किंवा ऑईस्टर तर कधी त्याच्या परसदारातल्या ताज्या भाज्या, असं काहीनाकाही आणल्याखेरीज तो रिकाम्या हातानं कधीच आला नाही. कधीकधी पोस्टानं आमच्यासाठी पार्सल यायचचं. एका खोक्यामध्ये स्वच्छ धुतलेली पालकाची पानं घालून त्यात काळजीपूर्वक गुंडाळलेले मासे, ऑईस्टर खास डाकेनं तो आमच्यासाठी पाठवायचा. पार्सल करण्यासाठी तीन मैल चालून त्याला पोस्टात जावं लागायचं आणि त्याच्या गाठी पैसाही फारशा प्रमाणात नसायचा, त्यामुळे त्यानं पाठवलेल्या भेटवस्तूंचं मूल्य जास्तच वाढायचं. त्यानं आठवणीने पाठवलेल्या वस्तू मिळाल्यावर मला एक घटना नेहमी आठवायची–

पहिल्या दिवशी सकाळी आमच्या घरातनं बाहेर पडताना शेजारच्या माणसानं त्या कोळ्याला बघून त्याच्याबद्दल काढलेले हीन उद्‌गार आजही माझ्या लक्षात आहेत. ''त्या कुरूप, भेसूर दिसणाऱ्या म्हाताऱ्याला तुम्ही काय रात्रभर घरात ठेवून घेतलं होतं? माझ्याकडे जेव्हा तो आला होता नं, तेव्हा मी तर हाकलून दिलं होतं त्याला. अशा लोकांना घरात ठेवलं नं तर इतर कोणी आपल्याकडे येणारच नाही.''

एखाद्या-दुसऱ्या वेळेला आम्हीदेखील कोणाला तरी अशा प्रकारे घालवून दिलेलं असेलही; पण त्या लोकांना ह्याची जर खरी ओळख पटली असती, तर त्याला कदाचित वेदना सहन करायला फारसा त्रास झाला नसता. त्याच्याशी ओळख झाली, हे आमच्या घरातल्यांचं भाग्यच समजू आम्ही. त्या वृद्धाकडून आम्ही एक फार महत्त्वाचा धडा घेतला की एखादी वाईट गोष्ट, वाईट परिस्थिती तक्रार न करता स्वीकारली पाहिजे आणि चांगल्या गोष्टींबद्दल, परिस्थितीबद्दल परमेश्वराचे सतत आभार मानले पाहिजेत.

नुकतीच मी माझ्या एका मैत्रिणीकडे गेले होते. तिच्या बागेत रोपटी वाढवण्यासाठी म्हणून एक खास घर (ग्रीन हाऊस) बनवलेलं होतं. बागेमधली फुलं मला ती दाखवत असताना, पूर्ण फुललेल्या एका सुंदर पिवळ्या धमक शेवंतीच्या फुलापाशी आम्ही थबकलो. आश्चर्य म्हणजे ते फूल एक जुनाट, पोचे आलेल्या आणि गंजलेल्या बादलीमधल्या रोपट्यावर फुललं होतं. माझ्याजवळ जर असं सुंदर फुलाचं झाड असतं, तर मी नक्की ते एखाद्या शोभिवंत, महागड्या कुंडीमध्ये लावलं असतं, असा विचार माझ्या मनात चमकून गेला; पण माझ्या मैत्रिणीनं माझं विचारपरिवर्तन केलं. ''माझ्याकडच्या कुंड्या कमी पडायला लागल्या होत्या'' ती स्पष्टीकरण देऊ लागली. ''या झाडाला खूप छान फुलं येणार, हे माहिती असूनही मी विचार केला, की या जुन्या बादलीमध्ये थोड्या दिवसांसाठी हे झाड लावलं, तरी त्या झाडाची काहीच हरकत नसणार. थोड्या दिवसांचाच तर प्रश्न आहे. मग नंतर

मी त्याला चांगल्या प्रतीच्या शोभिवंत कुंडीमध्ये लावणारच आहे.''

तिचं बोलणं ऐकून मी इतक्या खुशीत का हसले, म्हणून ती मात्र नक्कीच

बुचकळ्यात पडली असणार. पण मी तर डोळ्यांपुढे स्वर्गामधलं तशाच प्रकारचं एक सुंदर दृश्य बघत होते. 'ही एक अद्वितीय आणि खास व्यक्ती आहे. (तो वृद्ध कोळी) लहानशा चणीच्या आणि कुरूप शरीरात आयुष्याची काही वर्षं व्यतीत करण्यास त्याची काही हरकत नव्हती कदाचित,' पण ती घटना आता भूतकाळात जमा झाली. त्यानंतर काही वर्षांनी त्या शरीराचा त्याग करून तो विशाल आणि सुंदर आत्मा परमेश्वराच्या बागेमध्ये किती अभिमानाने मिरवला असणार!'

अज्ञात

The Old Fisherman

निष्फळ धडपड

सुरुवातीला माध्यमिक शिक्षण संपूवन कॉलेजमध्ये जाण्यास मी तडफडत होते, तर नंतर कॉलेज शिक्षण संपवून कधी एकदा नोकरीवर लागतेय, असं झालं होतं मला. काही काळानं लग्न करून मुलं होण्यासाठी जिवाची तगमग होत होती आणि नंतर मुलं मोठी होऊन कधी एकदा परत मी कामावर रुजू होणार, म्हणून घालमेल होत होती.

त्यानंतर केव्हा एकदा नोकरीमधनं निवृत्त होणार म्हणून बेचैन होत होते. आणि आता...मी मृत्युपंथाला लागले आहे....आणि...

अचानक भान येतंय की पूर्ण आयुष्यभरात मी 'जगणं'च विसरले होते की!

अनामिक

प्रेषित – निकोल झॉबलॉकी

I was Dying

प्रोत्साहन

एकोणिसाव्या शतकामधला सुप्रसिद्ध कवी आणि कलाकार दान्ते ग्रॅबिअल रोझेट्टींना एकदा एक वयस्कर माणूस भेटण्यासाठी गेला होता. त्यानं स्वत: काढलेली काही रेखाचित्रं रोझेट्टींना दाखवली. त्याच्या चित्रांचा दर्जा थोडा तरी बरा वाटत होता वा त्या चित्रांमधनं काही संभाव्य कौशल्य दडलेलं असण्याची शक्यता होती की नव्हती, त्याबद्दल रोझेट्टींचं मत त्याला जाणून घ्यावंसं वाटत होतं.

रेखाचित्रांवर रोझेट्टींनी काळजीपूर्वक नजर टाकली. सुरुवातीची काही चित्रं बघितल्यावरच त्यांचा सुमार दर्जा, कौशल्याचा अभाव रोझेट्टींच्या लक्षात येण्यास वेळ लागला नाही; परंतु ते अतिशय दयाळू आणि प्रेमळ हृदयाचे असल्यामुळे अतिशय मृदू भाषेत त्यांनी या वयस्कर माणसाला समजावून सांगितलं, की त्यांच्या चित्रात विशेष काहीच अर्थ नव्हता. हे असं सांगताना त्यांना वाईट तर वाटत होतं, पण निष्कारण असत्य बोलण्याचीही इच्छा होत नव्हती.

बिचारा तो माणूस खूपच खट्टू झाला, पण तरी रोझेट्टींच्या निर्णयाची त्याला आधीच मनोमनी कल्पना आलेली होती. आपण निष्कारण त्यांचा अमूल्य वेळ घेतला, असं म्हणत त्यानं रोझेट्टींची माफी मागितली. त्यानं रोझेट्टींना एक नम्र विनंती करत विचारलं, की एका तरुण कलाकारानं काढलेली अजून काही रेखाचित्रं त्याच्याजवळ होती, तीही ते कृपा करून नजरेखालून घालू शकत होते का?

रोझेट्टींनी एकापाठोपाठ एक करत सगळी चित्रं पाहिली. त्या चित्रांचा उत्तम दर्जा, त्यातून जाणवणारं कलाकाराचं कौशल्य लपून राहण्यासारखं नव्हतं. ती चित्रं बघून ते खूप मोहित झाले. "ही चित्रं तर अतिउत्तम आणि सुंदरच आहेत. या तरुण कलाकाराला चित्रकलेची उत्तम जाण दिसतेय. एक उगवता कलाकार म्हणून त्याला सर्व प्रकारचं साहाय्य केलं पाहिजे आणि त्याच्या या कलागुणाला प्रोत्साहनही दिलंच पाहिजे. अंगी चिकाटी बाळगून ह्यानं जर खूप मेहनत केली, तर याचा भविष्यकाळ अतिशय उज्ज्वल आहे."

हे ऐकल्यावर त्या वयस्कर माणसाचं हृदय हेलावून गेल्याचं रोझेट्टींच्या लक्षात आलं. ''कोण आहे हा गुणी तरुण कलाकार? तुझा मुलगा का?'' त्यांनी विचारलं. ''नाही. हा कलाकार म्हणजे मीच.... परंतु चाळीस वर्षांपूर्वीचा. अरेरे, काय हे माझं दुर्दैव, त्या काळात जर मी तुमच्या तोंडून अशी स्तुती ऐकली असती तर! तुम्हीच बघा नं, मी तरुणपणी खूप लवकर निराश होऊन जायचो. शेवटी आयुष्यात फार लवकर मी या कलेचा नादच सोडून दिला होता. मला प्रोत्साहनच मिळालं नाही हो कधी'', दुःखानं तो वृद्ध उद्गारला.

निनावी

ब्रियान कॅव्हॅनोच्या 'सोअर्स सीड्स'मधून

Encouragement

जशी विचारसरणी, तसं फळ

आपण मार खाणारच, असंच मानलंत,
तर मग खरंच मार खाणारच तुम्ही.
धैर्य दाखवता नाही येणार, असाच विचार केलात,
तर नाहीच दाखवू शकणार धैर्य.
विजय मिळवायचा तर आहे, पण नाहीच मिळणार असाच सूर लावला,
तर मग खात्रीच बाळगा की नाहीच मिळणार विजय.

पराभव होणारच, अशी मनाशी खूणगाठ बांधली, तर हरलाच म्हणून समजा;
कारण आजूबाजूस आपल्या काय दृष्टीस पडतं -
यशाची सुरुवात होते ती प्रचंड इच्छाशक्तीने,
कोणती विचारसरणी अवलंबायची हे सर्वस्वी तुमच्यावर अवलंबून.

यशप्राप्तीमध्ये तुम्ही मागे पडणार, अशी समजूत करून घेतली
की झालंच - तुम्ही मागेच पडणार.
यशाच्या शिडीवर चढायचं आहे, तर उत्तुंग विचारांची कास धरा
आणि आधी स्वत:वरती विश्वास ठेवायला शिका.

जीवनाची लढाई जिंकणारे हे
केवळ शक्तिमान आणि चपळ असतात असं नव्हे;
जो आत्मविश्वासाने म्हणतो - मी नक्कीच जिंकू शकेन
तोच लवकर - उशिरा कधी का होईना; पण विजयी होतोच.

अज्ञात
प्रेषित – रे डंकन
State of Mind

वर्षभर देता येतील अशा १०१ भेटी

१) सतत स्मितहास्याचा वापर.
२) गरजवंताला भरभक्कम आधार देणं.
३) समोरच्याला पाठीवर शाबासकीची /कौतुकाची थाप देणं.
४) 'आभारी आहे' या वाक्प्रयोगाचा वरचेवर वापर
५) अनपेक्षितपणे प्रेमभरानं चुंबन घेणं...
६) किंवा प्रेमभरानं आलिंगन देणं.
७) किती छान दिसतेस/दिसतोस हे मनापासनं बोलणं.
८) शिणलेल्या पाठीचं मर्दन करून देणं.
९) निराशा आल्यास शीळ वाजवणं.
१०) लहानपणीच्या शिक्षकांना पत्ररूपानं कृतज्ञता व्यक्त करणं.
११) मनात दुःखी असलात, तरी 'सुप्रभात' म्हणून शुभेच्छा देणं.
१२) जुन्या मित्राची प्रेमानं चौकशी करण्यासाठी त्याला अचानक पत्र लिहिणं.
१३) असाच कधीतरी, अवचितच कोणाला तरी फोन करणं.
१४) घरातली भांडी घासण्याची पाळी नसली, तरी एखाद्या वेळी आपणहून घासून ठेवणं.
१५) तसंच पाळी नसली, तरी कचरा बाहेर नेऊन कचराकुंडीत टाकणं.
१६) कोणी रागाने बोललं तरी दुर्लक्ष करणं.
१७) "माझं खूप प्रेम आहे तुझ्यावर" एवढंच बोलण्यासाठी जीवलगाला फोन करणं.
१८) एखादा विनोद किंवा विनोदी घटना सांगून कोणाच्यातरी दिवसाची छान सुरुवात करून देणं.
१९) ऑफिसमधल्या सेक्रेटरीसाठी कधीतरी आपणहून कॉफी बनवणं.

२०) नोकरीच्या जाहिरातीची कात्रणं गरजू व्यक्तीसाठी कापून ठेवणं.
२१) संपादकांना प्रोत्साहन देणारं पत्र लिहिणं.
२२) आजी-आजोबांना घेऊन बाहेर जेवायला जाणं.
२३) 'मला तुझी आठवण येते' असं कार्ड पाठवणं.
२४) गाडीतळावर काम करणाऱ्या कर्मचाऱ्याकडे बघून हात हलवणं, हसणं.
२५) सगळी बिलं वेळेवर भरणं.
२६) जुने, सुस्थितीमधले कपडे गरिबांमध्ये वाटणं.
२७) टिंगल-टवाळक्या करण्यापेक्षा एकमेकांबद्दल चांगलं बोलणं.
२८) अगदी कोणाचंही मनापासनं कौतुक करणं.
२९) आपल्या आवडीचं पुस्तक दुसऱ्याला वाचायला देऊन परतीसाठी सतत मागे न लागणं.
३०) मित्राकडून वाचायला घेतलेलं पुस्तक आठवणीनं परत करणं.
३१) लहान मुलांशी आवर्जून खेळणं.
३२) अनाहूत सल्ला देण्याऐवजी समस्येवर उपाय शोधण्यात दुसऱ्याला मदत करणं.
३३) घरी बनवलेली बिस्किटे ऑफिसच्या सहकाऱ्यांसाठी नेणं.
३४) वयपरत्वे घराबाहेर पडू न शकणाऱ्या वृद्ध व्यक्तींना जाऊन भेटणं.
३५) कंटाळवाण्या विनोदावरही हसणं.
३६) पत्नीला प्रेमानी म्हणणं, "तू किती सुरेख दिसतेस."
३७) कधीतरी पत्नीला अंथरुणातच नाश्ता आणून देणं आणि नंतरची आवराआवर करणं.
३८) आईवडिलांकडे जाऊन त्यांच्या घरातली आवराआवर आणि स्वच्छता करून देणं.
३९) रात्री पडलेल्या स्वप्नाबद्दल बोलणं.
४०) पत्नीबरोबर रोज रात्री पायी फिरण्यास जाणं.
४१) आत्मविश्वासाला सतत जागृत ठेवणं.
४२) पौगंडावस्थेतल्या मुलांना समजून घेण्याचा प्रयत्न करणं, परत परत प्रयत्न करणं आणि अखेरीस यश मिळवणं.
४३) रांगेमधल्या एखाद्या व्यक्तीला तुमच्या पुढे जाऊ देणं.
४४) कोणीही चांगलं काम केल्यास ताबडतोब त्याचं /तिचं कौतुक करणं.
४५) 'कृपा करून' या शब्दांचा वारंवार वापर करत राहणं.

४६) कधी नकार द्यावासा वाटत असेल, तरी होकार देणं.

४७) सावकाशपणे स्पष्टीकरण देण्याची सवय अंगी बाणवणं.

४८) सत्य तेच सांगणं, पण विचारपूर्वक आणि कौशल्यपूर्णतेनं स्वतःलाच विचारणं 'खरं हे कळलंच पाहिजे का या व्यक्तीला?'

४९) दुःखी व्यक्तीचा उत्साह वाढवणं.

५०) आजूबाजूचं वातावरण उल्हसित बनवणं.

५१) एखादं सत्कार्य निनावी करणं.

५२) पावसामध्ये भिजणाऱ्या व्यक्तीला आपल्या छत्रीत घेणं.

५३) गाडीच्या दर्शनी काचेवर एखादं विनोदी कार्ड चिकटवून टाकणं.

५४) प्रेम व्यक्त करणारा एखादा संदेश फ्रिजवर लावणं.

५५) आपल्या बागेमधलं फूल दुसऱ्याला देणं.

५६) आपल्या अतिशय जवळच्या अशा व्यक्तीबरोबर बसून मनमोहक सूर्यास्ताचा आनंद लुटणं.

५७) 'माझं तुझ्यावरती प्रेम आहे,' असं तिच्या म्हणण्याची वाट न बघता स्वतःच आधी म्हणणं आणि वरचेवर म्हणत राहणं.

५८) निराश झालेल्या व्यक्तीला विनोदी किस्सा ऐकवून त्याच्या मनाची कळी खुलवणं.

५९) हेवेदावे-मत्सर या भावनांपासनं स्वतःला दूर ठेवणं.

६०) एखाद्या तरुण / तरुणीला आयुष्यात काही बनून दाखवण्यासाठी प्रोत्साहन देणं.

६१) स्वानुभवाचं उदाहरण सांगून इतरांना बळ देणं, त्यांचा आशावाद वाढवणं.

६२) मुद्दाम वेळ काढण्यास शिकणं आणि ते शक्य असतंही. त्यामुळेच तर निरनिराळ्या संधी सापडतात.

६३) प्रत्येक गोष्टीचा खोलवर विचार करणं.

६४) उत्तम श्रोता बनणं.

६५) दुसऱ्याकडून असलेल्या अपेक्षांचा फेरविचार करून त्यामधल्या थोड्या अपेक्षा कमी करणं.

६६) आनंदी राहणं व कोणत्याही परिस्थितीमधली हलकी-फुलकी, गमतीशीर बाजू विचारात घेणं.

६७) संताप उफाळून वर येऊ लागताच शांत वातावरणात पायी फिरण्यास जाणं.

६८) मैत्रीला जागणं.

६९) आशावादी राहणं.

७०) मनामधली कृतज्ञता व्यक्त करून दाखवणं.

७१) चांगलं काही वाचून दाखवून एखाद्याच्या मनाची मरगळ काढण्यास साहाय्य करणं.

७२) स्वत:ला पटेल अशी चांगली कृती करून, केलेल्या कृतीचं मोल जपणं.

७३) फुटपाथवर पडलेल्या कचऱ्यावरनं ओलांडून न जाता, तो उचलून बाजूला करणं.

७४) स्वत:शी नेहमी प्रामाणिक राहणं.

७५) अभिमानाने, ताठ मानेनी पाऊल टाकणं.

७६) प्रेमाच्या व्यक्तीवर मायेचा वर्षाव करण्याची एकही संधी न दवडणं.

७७) उन्हाळ्यातल्या निरभ्र रात्रीत, गवतावर, एकमेकांच्या मिठीत सामावून तारे निरखण्यासाठी आपल्या पत्नीस गळ घालणं.

७८) रोज कमीतकमी एका व्यक्तीमध्ये तरी चांगले गुण शोधणं.

७९) अचानक एखाद्या दिवशी कोणाला तरी आपल्याबरोबर सहलीला घेऊन जाणं.

८०) स्वत:ला गरज नसतानादेखील मित्र/मैत्रिणीला मदतीचा हात मागणं.

८१) वाचनालयामध्ये शांतता पाळणं.

८२) खराब झालेलं गाडीचं चाक बदलायला दुसऱ्याला मदत करणं.

८३) रात्री झोपताना आपल्या लहान मुलाला गोष्ट सांगणं किंवा त्यालाच गोष्ट सांगण्यास सांगणं.

८४) स्वत:जवळच्या लहानसहान गोष्टी, वस्तू दुसऱ्यांबरोबर वाटून घेणं.

८५) बेघर माणसाला पांघरुण घालणं.

८६) कोणाला तरी एखादी छानपैकी कविता पोस्टाने पाठवणं.

८७) पत्र घेऊन येणाऱ्या पोस्टमनला कधीतरी छोटीशी भेटवस्तू देणं.

८८) निसर्गामधलं अमाप सौंदर्य आणि चमत्कारांकडे आपल्या जवळच्या व्यक्तीचं लक्ष जाणीवपूर्वक वेधणं.

८९) दुसऱ्याला एखादी चूक करण्याची मुभा देणं.

९०) स्वत:ला हजारो चुका करण्याची मुभा देणं.

९१) कोणाला तरी आपणहून सर्कस बघण्यास घेऊन जाणं.

९२) गाडी लावताना आखलेल्या जागेतच व्यवस्थितपणे गाडी लावणं.

९३) प्रत्येक गोष्टीचा दुसऱ्या बाजूनंही विचार करणं.

९४) गोल्फच्या खेळात बरोबरच्या खेळाडूला जिंकण्याची संधी देणं.

९५) मनात साठून राहिलेला एखादा आकस काढून टाकणं.

९६) एकाकी बसून राहिलेल्या एखाद्या लहान मुलाजवळ आवर्जून जाऊन बोलणं.

९७) आधी ऐकलेल्या विनोदावर परत हसणं.

९८) मुलांना घेऊन बागेत जाणं.

९९) मित्रांसाठी मार्गदर्शकाची भूमिका बजावणं.

१००) पत्नीच्या आवडीची वाईन विकत घेणं.

१०१) दुसऱ्यावर टीका करण्याची ऊर्मी दाबून टाकायला शिकणं.

हॅनॉक आणि मेलडी मॅकार्टी
'ॲक्टस ऑफ काईंडनेस'मधील भाग
101 Gifts to Give All year Long

अंत:करणाला भिडणाऱ्या आणि भावना जागवणाऱ्या कथा

चिकन सूप फॉर द सोल भाग ५

लेखन व संकलन

जॅक कॅनफिल्ड / मार्क व्हिक्टर हॅन्सन

अनुवाद

उषा महाजन

मनाला अतिशय भावणाऱ्या हृदयस्पर्शी, स्फूर्तिदायक अशा पुढील कथांचा तुम्हाला आनंद प्राप्त करून देण्यासाठी सादर आहे तुमच्या आवडत्या 'चिकन सूप फॉर द सोल' या पुस्तकाचा पाचवा भाग!

मानवी आयुष्याला व माणुसकीला मानाचा मुजरा करणाऱ्या

या कथारूपी पुष्पगुच्छाचा सुगंध प्रत्येकाच्या मनात दरवळेल व असाच अनेकांच्या मनात दरवळत जाऊन साऱ्या पृथ्वीतलावर सुगंधित वातावरण निर्माण होईल, शांती प्रस्थापित होईल अशी खात्री आहे.

हे 'चिकन सूप' चव घेत घेत चमचा-चमचा पिऊ शकता. हवं तर वाडगाभर सूप प्राशन करू शकता आणि वाटलंच तर सूपचं भरलेलं पूर्ण पातेलंच एका बैठकीत संपवू शकता!

या भागातील सामान्य लोकांच्या जीवनातले असामान्य अनुभव वाचताना एखाद्या वेळी तुम्हाला आलेल्या अनुभवाची आठवण जागी होईल आणि मग त्या कथेचा खरा गर्भितार्थ तुमच्या मनाला अधिक चांगल्या प्रकारे स्पर्श करून जाईल. एक लक्षात ठेवा – तुमच्या व तुमच्या जिवलगांच्या आयुष्यात प्रेमासाठी, स्फूर्तीसाठी भरपूर जागा आहे.

तेव्हा ह्या पाचव्या भागातील कथांचा ठेवा मनात जरूर जपून ठेवा.